The바른
베트남어

STEP 1

ECK Books

The 바른 베트남어 Step 1

초판인쇄	2015년 01월 27일
4쇄 발행	2022년 06월 02일

지 은 이	Cao Huyền Trang, 이수진
감 수	Vu Thuy Linh
펴 낸 이	임승빈
편집책임	정유항, 김하진
편집진행	다원기획
디 자 인	이승연
일러스트	강지혜
마 케 팅	염경용, 이동민, 이서빈

펴 낸 곳	ECK북스
주 소	서울시 마포구 창전로2길 27 [04098]
대표전화	02-733-9950
팩 스	02-6394-5801
홈페이지	www.eckbooks.kr
이 메 일	eck@eckedu.com
등록번호	제 2020-000303호
등록일자	2000. 2. 15

I S B N	979-11-6877-013-3
	978-89-92281-93-5 (세트)
정 가	15,000원

Acknowledgements

Photo credits

211 #02 ©Codename5281/commons.wikimedia.org
212 #10 ©Vinhtantran/en.wikipedia.org/
     #14 ©Mini923/en.wikipedia.org/

The바른
베트남어

저자 | Cao Huyền Trang, 이수진

Chúng ta đang sống trong thời đại toàn cầu với những thay đổi không ngừng. Trong môi trường đó, ngôn ngữ đóng một vai trò quan trọng và mang tính chiến lược trên tất cả các lĩnh vực như văn hóa, chính trị, kinh tế v.v Việc lấy ngôn ngữ làm cánh cửa hoặc cầu nối để mở thêm các cơ hội phát triển cho các cá nhân, doanh nghiệp và thậm chí là quốc gia đã trở thành việc ai cũng có thể ý thức được.

Nếu như trước đây tiếng Anh đóng vai trò là công cụ giao tiếp chung cho cả thế giới thì ngày nay, việc học và sử dụng các ngoại ngữ thứ 2 – ngôn ngữ mẹ đẻ của các quốc gia khác cũng dần được nhận thức thực sự quan trọng. Trong hoàn cảnh đó, với vai trò là ngôn ngữ chính của một quốc gia có vị trí quan trọng trong khu vực Đông Nam Á, tiếng Việt cũng trở thành một ngôn ngữ ngày càng được quan tâm và theo học.

Với số lượng người sử dụng tăng dần và đã đạt đến con số hơn 97 triệu người (thống kê năm 2013), đặc biệt trong hoàn cảnh Việt Nam và Hàn Quốc đang ngày càng đẩy mạnh các hoạt động giao lưu và hợp tác trên tất cả các lĩnh vực, việc học tiếng Việt đã càng ngày càng trở nên phổ biến không chỉ ở Việt Nam mà còn ở Hàn Quốc và các quốc gia khác.

Quyển sách này được viết phục vụ cho việc học tập và ứng dụng tiếng Việt trong đời sống cho người Hàn Quốc. Với cấu trúc bài học tập trung đều vào các biểu hiện, ngữ pháp, luyện tập và mở rộng các ứng dụng thực tế trong đời sống của người Việt Nam, quyển sách được viết dựa trên ngôn ngữ chuẩn được sử dụng rộng rãi tại thủ đô Hà Nội và khu vực miền Bắc, ngoài ra, một số sự khác biệt và chú ý với ngôn ngữ ở khu vực miền Nam cũng được đề cập để người học phân biệt. Mặc dù có sự phân biệt giữa các vùng miền như ở trên, nhưng nhìn chung tiếng Việt là một ngôn ngữ khá thống nhất về mặt ngữ pháp và từ vựng. Do đó, một khi người học đã nắm vững những biểu hiện trong quyển sách này thì sẽ không gặp khó khăn trong việc giao tiếp và sinh hoạt không chỉ ở khu vực miền Bắc mà còn ở các tỉnh thành khác của Việt Nam.

Giáo trình được chia làm 16 bài, ngoại trừ bài 8 và bài 16 là luyện tập, các bài còn lại đều đi theo từng chủ đề quen thuộc trong đời sống với nội dung gần gũi và không quá phức tạp để người học dễ nắm bắt và vận dụng. " The 바른 베트남어 Step 1" là quyển đầu tiên trong series bộ giáo trình học tiếng Việt với trình độ từ sơ cấp đến cao cấp. Thay vào việc đi nặng về học thuật, thông qua những kinh nghiệm thực tế về sự giao lưu và tương đồng giữa hai đất nước và những kinh nghiệm giảng dạy người Hàn Quốc trong đa dạng các môi trường như học sinh, sinh viên, nhân viên công ty, người kinh doanh, tôi mong rằng có thể đem lại các kiến thức mang tính cập nhật và thực tế cao để người học có thể vận dụng trong cuộc sống hàng ngày và công việc một cách hiệu quả nhất.

Tháng 1 năm 2015

Tác giả : Cao Huyền Trang

우리는 빠르게 변화하는 글로벌 시대에 살고 있습니다. 이러한 시대에 언어는 문화, 정치, 경제 등 모든 분야에 걸쳐 전략적인 역할을 하는 중요한 수단입니다. 이미 우리는 언어가 학생부터 직장인까지 그리고 기업에서 국가를 아우르는 다양한 연령층과 경제주체에게 새로운 기회를 열어줄 수 있는 문이라는 것을 알고 있습니다.

과거에는 전 세계의 범주 내에서 영어를 사용한 커뮤니케이션이 가능하였습니다. 하지만 이제는 각 나라의 언어를 직접 배우고 사용하는 것이 더 효과적이라는 생각들이 많아졌고, 그 이유로 제 2외국어의 중요성은 보다 강조되고 있습니다. 그리하여 동남아시아 지역내 핵심적 위치를 차지한 베트남어의 인기가 점차 높아졌고 이를 배우고자 하는 학습자도 나날이 증가하고 있습니다.

베트남어의 사용자가 늘면서, 이제는 그 수가 9천 7백만 명을 넘게 되었습니다. 베트남과 한국의 양국 협력 및 교류관계를 강화하는데 있어 반드시 필요한 베트남어 공부는 이미 한국 뿐만 아니라 전세계 많은 나라들에서도 활발히 이뤄지고 있습니다.

본 교재는 한국인 학습자가 일상 생활에서 베트남어를 잘 활용할 수 있도록 특별히 제작된 베트남어 학습서입니다. 표현, 문법 학습과 함께 다양한 유형의 연습이 동시에 이뤄질 수 있도록 짜임새 있게 구성하였으며, 베트남의 수도인 하노이를 비롯한 북부지역에서 널리 사용되는 표준 베트남어로 집필하였습니다. 그 외에도 표준어와 다르게 사용되는 남부지역 및 그 밖의 지역들의 표현들, 그리고 각 지역별 언어적 차이에 대한 비교 설명을 추가 하였습니다. 베트남어는 지역별로 사용되는 언어에 조금씩 차이가 있긴 하지만 일반적으로 문법과 단어의 동일성은 상당히 높은 편입니다. 그렇기 때문에 본 교재 내에서 다루는 베트남어 표현들을 제대로 숙지하면 베트남 북부 이외의 다른 지역 사람들과도 쉽게 소통할 수 있습니다.

학습자가 교재의 내용을 쉽게 익히고 활용할 수 있도록, 복습 단원인 8, 16과를 제외한 모든 과들을 생활에서 자주 접하는 주제들로 구성하였습니다. "The 바른 베트남어 Step1"은 초급~고급에 이르는 베트남어 학습 시리즈 중 첫 번째 책입니다. 다양한 환경의 학생, 개인 그리고 기업체(직장인)를 대상으로 강의 해 온 경험을 바탕으로 집필 된 본 교재를 통해, 살아 있는 베트남어 표현들과 유용한 지식들을 습득하여 보다 효과적으로 베트남어 학습에 활용할 수 있기를 바랍니다.

2015년 1월

저자 **가오 후엔 장**

안녕하세요. 베트남어 강사 이수진입니다. 설레는 마음으로 준비해 온 교재를 이렇게 출판하게 되어서 영광입니다.

부모님을 따라 건너간 베트남이란 이국 땅은 저에게 신선한 문화적 충격과 함께 인생의 새로운 문을 열어 주었습니다. 6개월의 시간이 지나자, 낯설었던 베트남어가 귀에 척척 붙기 시작했습니다. 마치 노래를 부르는 것과 같은 이 언어의 신비로움과 매력에 빠져 현지인들과 어울리며 지내다 베트남어를 전공하게 되었고, 그렇게 수년이 지난 지금, 새벽 6시부터 밤 12까지 베트남어로 하루를 시작하고 끝내는 베트남어 강사의 길을 걷고 있습니다.

이제 베트남은 '한번쯤은 꼭 가보고 싶은 나라'로 인식되고 있고, 많은 이들의 관심의 대상이 되고 있습니다. 여행을 가고자 하는 이들, 베트남 현지에서 근무하게 되는 이들이 점점 늘어나면서 베트남어에 대한 관심도도 같이 상승하는 것을 지켜 보았습니다. 하지만 아쉽게도 아직은 한국 내에서 베트남어를 배울 수 있는 기회가 많지는 않습니다. 학습자가 혼자 독학을 하고, 수업 내에서 배운 내용을 혼자 복습할 수 있게 구성된 교재에 대한 목마름이 있던 때에 출판사로부터 본 교재의 공저 제의가 들어왔고, 어떠한 사명감에 그 제의를 받아 들인 것이 이 커다란 프로젝트의 시작이었습니다.

원어민 짱 (장) 선생님과 Step1 원고를 집필하며 초급 학습자들이 어려워하는 기초 문법들에 대한 개념들을 꼼꼼하게 교재에 추가해 놓았습니다. 그리고 강의용과 자습용 모두 병행될 수 있도록 적절한 설명과 예문들을 제시해 놓았습니다. 더불어 저자 본인이 제 2외국어로서의 베트남어를 배우면서 겪었던 시행착오들을 떠올리며, 초급자가 실수할 수 있는 애매모호한 베트남어 표현 및 문법 등도 자세히 비교 설명해 놓았습니다.

베트남어는 중국어보다 성조가 2개 더 많아 총 6개의 성조가 있습니다. 이는 베트남어를 배우는 학습자들이 접할 가장 큰 도전이며 현지인들과의 의사소통을 어렵게 하는 걸림돌이기도 합니다. 그러나 어려운 성조와는 달리, 베트남어의 문법은 타 언어들에 비해 간결합니다. 또한 단어의 60% 정도가 한자음에서 비롯된 관계로 한글과 발음이 유사한 것들이 상당수 있습니다. 베트남어는 성조 익히기라는 첫 단추만 잘 끼우면, 이처럼 쉽고 재미있게 배울 수 있는 제2외국어입니다.

본 교재가 많은 선생님들과 학습자들에게 유용한 책이 되기를 소망하며, 이 책을 만드는데 끊임없는 응원과 아낌없는 조언을 주신 모든 분들께 진심으로 감사 드립니다.

2015년 1월

저자 **이 수 진**

The 바른 베트남어는 자가학습이나 강의용 교재 등 여러 방면으로 사용이 가능하도록 심층 있는 연구를 통해 체계적으로 구성되었습니다. 회화, 어휘, 문법, 기본문형과 연습 문제의 5가지 요소로 본 학습을 구성하였으며, 좀 더 다양한 컨텐츠를 배우고자 하는 학습자들의 요구에 맞도록 각 과의 마지막에 '더 알아보기'가 제공됩니다. 말하기, 듣기, 읽기와 쓰기의 4가지 연습이 모두 가능하도록 각 과를 구성하였습니다.

각 과는 다음의 6개 부분으로 나눠져 있습니다.

1. Hội thoại 대화

일상생활의 주제로 상황별의 간단하고 친절한 회화입니다. 현지인들이 많이 쓰는 표현도 들어있어서 실용적이고 더욱 재미있습니다. 회화부분을 MP3를 듣고 따라하며 혼자 대화를 연습할 수도 있습니다.

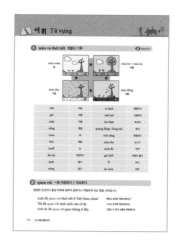

2. Từ vựng 어휘

베트남어를 배우는데 있어 큰 버팀목이 될 어휘 부분입니다. 각 과의 주제와 관련된 다양한 어휘를 익힘으로 표현과 문법 파트를 보다 효과적으로 학습할 수 있도록 합니다.

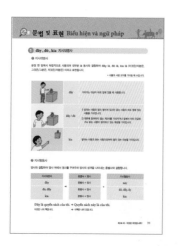

3. Biểu hiện và ngữ pháp 문법 및 표현

회화부분에서 나오는 표현과 문법을 심도있게 학습하는 부분입니다. 주요 문법과 함께 다양한 표현 연습들이 포함되어 있어 학습자가 배운 내용을 완전히 숙지하고 활용하는 데에 큰 도움을 줍니다.

4. Mẫu câu cơ bản 기본문형

표현, 문법과 어휘부분에서 배운 내용들을 문장 내에서 어떻게 활용하는지 알아보고 반드시 알아두어야 하는 실제 문형을 학습자가 쉽게 상상하고 기억할 수 있도록 구성하였습니다.

5. Luyện tập 문제연습

각 과에서 배운 내용들을 종합적으로 체크해 볼 수 있도록 말하기, 듣기, 쓰기와 읽기의 4가지 부분의 연습문제들로 구성되어 있습니다. 특히 읽기 부분을 통해 베트남어 기초 독해 능력을 신장 시키고 나아가 더 많은 단어들과 표현들을 익힐 수 있습니다.

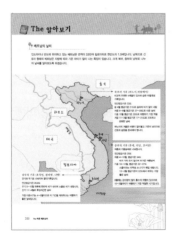

6. The 알아보기

각 과의 마지막에 위치하며, 베트남 사람, 기후, 음식 및 언어 등에 대해 좀 더 자세하게 알아보는 코너입니다. 흥미롭고 유익한 학습 컨텐츠와 함께 한 과를 잘 마무리해 보세요.

point 01

Việt Nam 베트남

베트남의 공식 명칭은 베트남 사회주의 공화국입니다. 베트남은 인도차이나를 길게 감싸는 모양으로 중국과 라오스 캄보디아와 국경을 접하고 있습니다. 동서 너비는 600㎞이지만 남북으로 길게 뻗은 길이는 1,650㎞입니다. 베트남 국토면적은 330,958Km로 한반도의 약 1.5배 입니다. 베트남의 수도는 북부지역에 위치한 하노이로 5개의 중앙직할시와 59개의 성으로 나뉘어져 있습니다. 베트남은 북부, 중부, 남부지방으로 나뉘며 지방마다 기후가 다르며 풍부한 과일과 식물, 광물이 존재합니다.

베트남의 인구는 세계 14위로 대략 93,421,835명(2014년 기준)입니다. 베트남은 54개 민족이 있으며 그 중에 약 86%는 낀 (người Kinh) 민족에 속합니다. 베트남은 오랜기간 프랑스 식민지로 있었으며 1976년 7월 2일 공식적으로 하노이를 수도로하는 베트남 사회주의 공화국으로 통일 되었습니다.

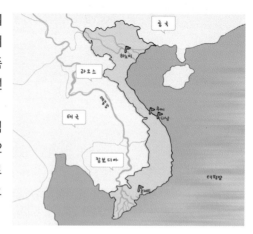

point 02

Tiếng Việt 베트남어

모국어로 베트남어를 사용하는 인구는 9천만 명 이상이며 베트남 낀족 뿐 만 아니라 미국, 프랑스에 거주하는 베트남인 공동체, 국경지대의 캄보디아 소수민족 등도 베트남어를 사용하고 있습니다. 같은 베트남어라도 북부, 중부, 남부 지방에서 사용되는 베트남어의 발음, 억양, 일부의 단어가 조금씩 다르며 그 중 수도인 하노이가 포함된 북부지방의 베트남어가 표준어로 사용됩니다.

베트남어의 문자는 12개의 모음과 17개의 자음으로 모두 29개의 알파벳으로 되어 있습니다.

모음	A	Ă	Â	E	Ê	I	O	Ô	Ơ	U	Ư	Y
자음	B	C	D	Đ	G	H	K	L	M	N	P	Q
	R	S	T	V	X							

point 03

Chữ Quốc ngữ 꾸옥응으

10세기에 걸친 중국 통치기간 동안 중국어는 베트남 지배층 언어였고 한자계 어휘인 Hán Việt이 베트남에 유입되었습니다. 11세기 이후 한자를 사용해서 음을 적는 Chữ Nôm이 만들어졌으나 한자를 알아야하는 단점으로 국민언어로 자리잡지 못했습니다. 현재의 베트남 공식 문자는 17세기 프랑스 선교사 알렉상드르 드 로드가 출간한 사전에 사용된 베트남어의 로마자 표기법인 '꾸옥응으'로 20세기 초 프랑스 식민지 시절에 정리되어 현재까지도 널리 사용되고 있습니다.

▲ 17세기 알렉상드르 드 로드에 의해 출간된 베트남어 사전

point 04

Dấu 성조

베트남어는 6개의 성조가 있습니다. 이 성조 부분은 베트남어를 공부하는 것을 어렵다고 느끼게 만드는 요인이기도 합니다. 중국어보다 2개의 성조가 더 많으며 같은 단어라도 성조가 다르면 뜻도 달라지기 때문에 발음할 때 주의하여 정확히 발음해야 합니다.

ma	má	mà	mả	mã	mạ
유령	어머니	그러나	묘/무덤	외모	모

point 05

Thời 시제

베트남어는 과거, 현재 그리고 미래의 3개의 시제로 나누어 사용됩니다. 그러나 영어처럼 각 시제에 따라 동사의 형태가 바뀌지는 않으며 알맞은 시제 부사를 동사 앞에 붙임으로 쉽게 시제를 표현 할 수 있습니다.

Tôi		ăn	cơm .	
나		먹다	밥	(나는 밥을 먹습니다.)

Tôi	đã	ăn	cơm .	
나	(과거부사)	먹다	밥	(나는 밥을 먹었습니다.)

Tôi	sẽ	ăn	cơm .	
나	(미래부사)	먹다	밥	(나는 밥을 먹을 것 입니다.)

그리고 문장 내에 어떤 시제인지를 가리키는 시간명사가 포함되어 있는 경우에는 "시제 부사"를 생략할 수 있습니다.

Hôm qua	**tôi**	**(đã)**	**ăn**	**cơm**	**lúc 7 giờ.**
어제	나	(과거부사)	먹다	밥	7시에

Tuần sau	**tôi**	**(sẽ)**	**đi công tác .**
다음주	나	(미래부사)	출장가다

point 06

Trật tự câu 어순

베트남어와 한국어 어순의 가장 큰 차이는 바로 문장내 서술어의 위치입니다. 영어와 마찬가지로 베트남어의 문장 구조는 "주어 – 서술어 – 목적어"입니다. 이 세가지의 기본 성분 외에 부사가 있는 경우에는 환경에 따라 부사의 위치를 유연하게 바꾸어 사용할 수 있습니다.

Tôi	**ăn**	**cơm .**	
나	먹다	밥	(나는 밥을 먹습니다.)

또한 영어와 다르게 베트남어는 주어 다음 형용사가 바로 나올 수 있습니다.

Tôi	**vui**	
나	기쁜	(나는 기쁘다)

Bảng chữ cái Tiếng Việt
베트남어의 **알파벳**과 **발음**

베트남어는 모음 12개, 자음 17개의 총 29개 알파벳으로 구성되어 있습니다. 영어의 f, j, w, z가 없고 자음 đ와 모음 ă, â, ê, ô, ơ, ư가 추가되어 베트남어 문자를 이루고 있습니다.

01 Bảng chữ cái Tiếng Việt • 베트남어 알파벳   Track 1

알파벳	명칭	발음	알파벳	명칭	발음	알파벳	명칭	발음
A a	a	아	Ă ă	á	아	Â â	ớ	어
B b	bê	베	C c	xê	쎄	D d	dê	제
Đ đ	đê	데	E	e	애	Ê	ê	에
G g	giê	제	H h	hát	핱	I i	I ngắn	이 응안
K k	ca	까	L l	elờ	엘러	M m	em mờ	엠 머
N n	en nờ	엔 너	O o	o	어	Ô ô	ô	오
Ơ ơ	ơ	어	P p	pê	뻬	Q q	qui	꾸이
R r	erờ	애러	S s	ét sì	앳 시	T t	tê	떼
U u	u	우	Ư ư	ư	으	V v	vê	베
X x	ích xì	익 시	Y y	y dài	이 자이			

베트남의 공식문자인 **Chữ Quốc Ngữ** 자의 발음법에 의해 각각의 알파벳을 '아' '베' '쎄' '데'...라고 읽습니다.

Track 2

베트남어는 12개의 단모음 A, Ă ,Â ,E, Ê, I, O, Ô ,Ơ ,U, Ư ,Y와 복모음으로 이루어져 있습니다. 베트남어의 모음은 음절의 핵심으로 정확한 발음을 해야 합니다.

❶ Nguyên âm đơn 단모음

베트남어의 모음은 A,E,I,O,U,Y를 기본으로 변형시킨 Ă,Â,Ê,Ô,Ơ,Ư를 포함하여 총 12개로 구성되어 있습니다.

문자	발음법	예시 단어	문자	발음법	예시단어
A	아 [a]	bàn	O	'아'와 '오' 의 중간 [ɔ]	hoa
Ă	아 [ʌ]↑	ăn	Ô	오 [o]	tôi
Â	어 [ə]↑	rất	Ơ	어 [ə:]	cơm
E	애 [ɛ]	em	U	우 [u]	tuy
Ê	에 [e]	êm	Ư	으 [ɨ]	mưa
I	이 [I], [j]	dài	Y	이 [I], [j], [i:]	dày

서로 다른 알파벳 일지라도 같은 소리를 내는 모음이 있으며 음의 길이, 입 모양, 혀의 위치로 구분하여 발음을 합니다. 표로 정리하면 다음과 같습니다.

(입모양 / 혀의 위치 차이)

혀의 방향 혀의 위치	앞	뒤	
		입을 동그랗지 않게	입을 동그랗게
높은	i	ư	u
중간	ê	ơ, â	ô
낮은	e	a, ă	o

(음의 길이 차이)

발음	짧게 소리 내는 모음	길게 소리 내는 모음	예시
아	ă	a	ăn / an
어	â	ơ	cân / cơm
이	i	y	đi / tay

더 쉽게 이해하고 발음하기 (한국어에 비유한 발음)

A	입을 크게 벌리고 혀를 아래로 내려 아버지의 '아'로 발음합니다.	Y	i 와 발음이 같으나 길게 발음합니다.
Ă	a의 짧은 음으로써 입을 약간 벌리고 보았다의 '아'로 짧게 발음합니다	O	혀를 아래로 눌러 '아'와 '오'의 중간 발음을 합니다. (우리말에 없는발음)
Â	ơ 의 짧은 음으로써 입안 가운데서 어머니의 '어'로 발음합니다.	Ô	입을 모으며 오세요의 '오'로 발음합니다.
E	혀를 아래로 눌러 애벌레의 '애'로 발음합니다.	Ơ	â 의 긴음으로 어서의 '어'로 발음합니다.
Ê	입안 가운데서 ~에서의 '에'로 발음합니다.	U	입을 둥글게하여 입술을 빼고 우리의 '우'로 발음합니다.
I	y의 짧은 음으로 이것의 '이'라고 발음합니다.	Ư	입을 모으지 않고 ~으로의 '으'로 발음합니다.

❷ Nguyên âm ghép 복모음

복모음은 모음이 두, 세 개 붙어서 구성된 모음입니다. 이중모음은 ia(이아) ua(우아) ưa(으아)로 이 외에도 수 많은 모음 결합이 있습니다. 베트남어에는 우리말의 'ㅛ, ㅕ'의 발음이 존재하지 않는 특징이 있으며 단모음의 음을 토대로 자연스럽게 이어 발음하시면 됩니다.

문자	발음법	예시 단어	문자	발음법	예시단어
ây	[ɜj]	tây	âu	[ɜw]	trâu
ai	[aːj]	mai	ao	[aːw]	chào
ay	[aj]	xay	au	[aw]	rau
êu	[ew]	kêu	eo	[ɛw]	kéo
ôi	[oj]	bôi	oi	[ɔj]	hỏi
ui	[uj]	lui	iu	[iw]	dìu
ưi	[ɨj]	gửi	ưu	[ɨw]	mưu
ia	[iɜ]	thìa	iê	[iɜ]	hiểu
ua	우아 [uɜ]	cua	uô	[uɜ]	muốn
ưa	[ɨɜ]	mưa	ươ	[ɨɜ]	được
iêu, yêu	[iɜw]	kiểu	uôi	[uɜj]	tuổi
ươi	[ɨɜj]	người	ươu	[ɨɜw]	rượu

03 Phụ âm Tiếng Việt • 베트남어의 자음

 Track 3

베트남어의 자음은 단자음(첫자음,끝자음)과 이중자음으로 표현됩니다. 이 책에서는 첫자음과 끝자음으로 구분해 자음을 알아보도록 하겠습니다. 베트남어는 영어와 똑같이 알파벳으로 되어있는 언어지만 된소리가 많아 발음법이 다르므로 정확한 발음을 숙지해야 합니다.

❶ Phụ âm đầu 첫자음 (단자음, 이중자음)

문자	발음법	예시 단어	문자	발음법	예시단어
B b	ㅂ	ban, buồn	Ng ng	응	người, ngủ
C c	ㄲ	cơm, cà phê	Ngh ngh	응	nghe, nghìn
D d	ㅈ	dễ, dạ	Nh nh	ㄴ	nhà, nhưng
Đ đ	ㄷ	đúng, đang	P p	ㅍ, ㅃ	pin, pê đan
G g	ㄱ	ga, gọi	Ph ph	영어의 f	phải, phổi
Gh gh	ㄱ	ghế, ghi	Q q	ㄲ	quốc, qui
Gi gi	지	giá, giếng	R r	영어의 r	ra, rưởi
H h	ㅎ	hát, Huế	S s	ㅆ	sang, sống
K k	ㄲ	kia, kế hoạch	T t	ㄸ	tay, tươi
Kh kh	ㅋ	khoẻ, không	Th th	ㅌ	thích, thi
L l	ㄹ	luôn, lễ	Tr tr	ㅉ	trắng, tra
M m	ㅁ	muốn, mà	V v	영어의 v	vui, vuông
N n	ㄴ	nữ, nam	X x	ㅆ	xưa, xuân

(같은 발음을 내는 알파벳 구분하기)

발음		
ㄲ	c	(a,ă,â,o,ô,ơ,u,ư)
	k	(e,ê,i,y)
	q	u
ㄱ	g	(a,ă,â,o,ô,ơ,u,ư)
	gh	(e,ê,i,y)
응	ng	(a,ă,â,o,ô,ơ,u,ư)
	ngh	(e,ê,i,y)

(+ 표시)

위의 표와 같이 g,gh / ng, ngh와 같은 자음은 소리는 같지만 결합하는 모음이 다릅니다. 즉 gh/ngh의 h는 e,ê,i,y의 모음과 조합한다는 표시와 같은 것 입니다.

❷ Phụ âm cuối 끝자음

단어 끝에 오는 자음으로 첫자음과 형태가 같다 하더라도 발음을 달리해야 합니다. 베트남어의 끝자음은 ch, c, m, n, nh, ng, p, t 총 8자로 구성되어 있습니다.

문자	발음법	예시 단어	문자	발음법	예시단어
ch	익	sách	nh	잉	nhanh
c	ㄱ	lạc hậu	ng	ㅇ	không
m	ㅁ	nam	p	ㅂ	lớp
n	ㄴ	muốn	t	ㅅ	tốt

---

04 Dấu · 성조
 Track 4

베트남어는 6개의 성조로 구성되어 있습니다. Muốn와 muộn은 성조의 높낮이의 구분으로 완전히 다른 의미를 지니게 됩니다. (예 : muốn – 원하다, muộn – 늦은) 성조마다 개별적 명칭이 존재하며 5개의 표기법이 있습니다.

성조	구별부호	발음법	보기	성조 음높이 그래프
dấu ngang 저우응앙	기호 표기 없음	'솔'음으로 평성보다 약간 높으며 평평하게 발음합니다	A	
dấu huyền 저우 후이엔	내림 ↘	중간음에서 천천히 낮게 발음합니다.	À	
dấu sắc 저우 싹	올림 ↗	평성에서 급속히 소리를 올립니다.	Á	
dấu nặng 저우 낭	낮은데서 급격히내림 ＼	급속히 낮아지며 '도' 음으로 짧게 발음합니다.	Ạ	
dấu ngã 저우응아	내렸다가 올림 ～	약간 오르고 멈추다가 급속히 높입니다.	Ã	
dấu hỏi 저우호이	자연스럽게 내렸다올림 ～	내리면서 처음 음까지 다시 올립니다.	Ả	

Q: 베트남어에서 모음에 두 개 이상의 성조 표시가 있는 경우는 어떻게 읽나요?

$$ặ \quad ấ \quad ở \quad ế$$

베트남어를 배우는 학습자 분들이 가장 많이 실수하는 부분 중 하나는 성조와 발음기호를 혼동하는 것입니다. 베트남어 모음에 첨가되어 있는 모자, 밥그릇모양, 따옴표는 â, ă, ơ같은 경우는 발음이 변화하는 것이므로 성조와 꼭 구분해야 하며 혼동하지 않도록 유의해야 합니다.

05 Luyện phát âm • 연습   Track 5

❶ **Kết hợp phụ âm và nguyên âm** 단모음과 단자음 결합 연습

	A	Ă	Â	E	Ê	I	Y	O	Ô	Ơ	U	Ư
B	Ba			Be	Bê	Bi		Bo	Bô	Bơ	Bu	Bư
C	Ca							Co	Cô	Cơ	Cu	Cư
D	Da			De	Dê	Di		Do	Dô	Dơ	Du	Dư
Đ	Đa			Đe	Đê	Đi		Đo	Đô	Đơ	Đu	Đư
G	Ga				Gi			Go	Gô	Gơ	Gu	Gư
H	Ha			He	Hê	Hi	Hy	Ho	Hô	Hơ	Hu	Hư
K				Ke	Kê	Ki	Ky					
L	La			Le	Lê	Li	Ly	Lo	Lô	Lơ	Lu	Lư
M	Ma			Me	Mê	Mi	My	Mo	Mô	Mơ	Mu	Mư
N	Na			Ne	Nê	Ni		No	Nô	Nơ	Nu	Nư
R	Ra			Re	Rê	Ri		Ro	Rô	Rơ	Ru	Rư
S	Sa			Se	Sê	Si		So	Sô	Sơ	Su	Sư
T	Ta			Te	Tê	Ti		To	Tô	Tơ	Tu	Tư
V	Va			Ve	Vê	Vi	Vy	Vo	Vô	Vơ	Vu	Vư
X	Xa			Xe	Xê	Xi		Xo	Xô	Xơ	Xu	Xư

• K는 직접 모음과 결합하는 것이 거의 불가능 합니다. 단, 다른 자음과 결합해서 복자음으로 구성된 후에는 모음과 결합이 가능합니다.

• 일반적으로 자음 뒤에는 i를 쓰이는 편인데 가끔 초모음으로 시작할 경우 또는 복자음 뒤에 나오는 경우에는 y로 바뀝니다.

• k, gh, ngh는 e, ê, i만 결합 가능합니다.

❷ Phụ âm đầu 첫 자음 연습

B, V, M, Ph	Ba	Va	Ma	Pha
Th, T	Tha	Ta		
Đ, L, N	Đa	La	Na	
S, X	Sa	Xa		
Ch, Tr	Cha	Tra		
Nh	Nha			
Kh, H	Kha	Ha		
G	Ga			
Ng, Ngh	Nga	Nghe		
D, Gi, R	Da	Gia	Ra	
Qu	Qua			

- 북부지방에는 아래의 세 가지 경우, 자음을 똑같은 음으로 발음합니다.

"S, X"

"Ch, Tr"

"D, Gi, R"

- 전국으로 "Ng"와 "Ngh" 똑같이 발음하며 쓰는 법만 구별됩니다.

❸ Nguyên âm đôi 복모음 연습

Cau	Tua	Lưa	Cay	Hau	Lay	Côi
Bau	Tai	Sưa	Xoa	Tôi	Tao	Xây
Mua	Hay	Bôi	Lai	Cua	Boa	
Côi	Mao	Bơi	Bua	Tay	Sau	
Mơi	Câu	Hai	Mai	Cưa	Sai	

❹ Dấu 성조 연습

다음의 단어에 성조를 대입하여 읽어보세요.

Dấu ngang	Dấu huyền	Dấu sắc	Dấu hỏi	Dấu ngã	Dấu nặng
A	À	Á	Ả	Ã	Ạ
Be	Bè	Bé	Bẻ	Bẽ	Bẹ
Gia	Già	Giá	Giả	Giã	Giạ
Đo	Đò	Đó	Đỏ	Đõ	Đọ
Ga	Gà	Gá	Gả	Gã	Gạ
Vơ	Vờ	Vớ	Vở	Vỡ	Vợ
Châu	Chầu	Chấu	Chẩu	Chẫu	Chậu
Mai	Mài	Mái	Mải	Mãi	Mại
Nay	Này	Náy	Nảy	Nãy	Nạy
Lanh	Lành	Lánh	Lảnh	Lãnh	Lạnh

❺ 쓰기 연습

(베트남어 키보드 쓰는 법)

베트남어를 컴퓨터에 쓰는 방법은 "unikey"라는 프로그램을 다운받으셔서 설치해야 합니다.
2가지 형식이 있는데 TELEX와 VNI 형식으로 나눠집니다. TELEX는 글자를 쓰는 자판에서
성조를 표현하는 방식이며 VNI는 숫자키에서 성조를 표현하는 방법입니다.

프로그램을 열면 điều khiển(조작하다)라는 설정표가 나타납니다. Bảng mã(코드표)에 unicode로
설정하시고 밑에 kiểu gõ(자판형식)에서 TELEX 혹은 VNI로 설정하시면 됩니다.

VNI 형식 (숫자로 성조를 표기하는 방식)

- 1 = sắc   • 2 = huyền   • 3 = hỏi   • 4 = ngã   • 5 = nặng
- 6 = dấu mũ trong các chữ â, ê, ô (모자 표시)
- 7 = dấu móc trong các chữ ư, ơ (갈고리 표시)
- 8 = dấu trăng trong chữ ă (달 표시)
- 9 = chữ đ
- 0 = xóa dấu thanh (성조지우기)

VD)
- tie61ng Vie65t (혹은 tieng61 Viet65) = tiếng Việt
- d9u7o7ng2 (혹은 duong972) = đường

TELEX 형식 (글자자판에서 성조표시)

- s = sắc   • f = huyền   • r = hỏi   • x = ngã   • j = nặng
- z = 성조지우기. Ví dụ: toansz = toan
- w = 달표시 ă, 갈고리표시 ư, ơ
- aa = â
- dd = đ
- ee = ê
- oo = ô

Ví dụ (보기)

- tieengs Vieetj (혹은 tieesng Vieejt) = tiếng Việt
- dduwowngf (혹은 dduwowfng) = đường

Giới thiệu nhân vật
등장인물 소개

★ 베트남에 있는 등장인물들

Hòa / 화 (22세)

안녕하세요!
베트남 하노이 출신의 화예요.
사교성이 좋아 친구들이 많아요.

Peter / 피터 (23세)

저는 프랑스 출신 피터입니다.
졸업 후 무역회사에 취직하고
싶어요.

Anna / 안나 (21세)

프랑스 출신 안나예요.
외국어 대학교에서 베트남어
를 배우고 있어요.

Park / 박 (22세)

한국에서 온 박입니다.
가족은 한국에 있고 제 취미는
독서입니다.

Mai / 마이 (22세)

화의 친구 마이예요.
쇼핑을 무척 좋아합니다.

Hùng / 훙 (30세)

저는 훙선생입니다.
대학에서 베트남어를 가르치고
있습니다.

Bình / 빈 (24세)

화의 오빠 빈이예요.
베트남 공장에서 근무하고
있어요.

🇰🇷 한국에 있는 등장인물들

Kim / 김 (25세)

한국 출신인 김입니다.
베트남 여행을 가려고 베트남
어를 배우고 있어요.

Lee / 리 (26세)

김의 회사 동료 리입니다.
여행을 좋아합니다. 베트남에는
2번 다녀왔어요.

Phúc / 푹 (27세)

베트남 출신 푹입니다.
베트남 운송 회사의 한국 지사
에서 근무하고 있어요.

Linh / 린 (26세)

베트남 출신 린이에요.
서울에서 베트남어를 가르치고
있어요.

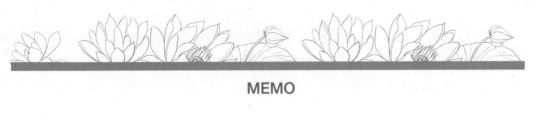

MEMO

Bài **01** 과

Rất vui được gặp anh!

만나서 반갑습니다!

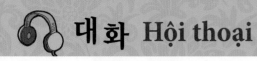

대화 Hội thoại

다음 대화를 들어보세요.

Track 6

Peter	Xin chào! Chị tên là gì?
Hòa	Xin chào! Tên tôi là Hòa. Còn anh?
Peter	Tôi là Peter. Rất vui được gặp chị!
Hòa	Vâng, rất vui được gặp anh.
Peter	Chào chị. Hẹn gặp lại.
Hoà	Chào anh. Hẹn gặp lại.

피터	안녕하세요. 이름이 무엇입니까?
화	안녕하세요. 제 이름은 화 입니다. 당신은요?
피터	저는 피터 입니다. 만나서 반갑습니다.
화	네, 만나서 반갑습니다.
피터	안녕히 가세요. 또 만나요.
화	안녕히 가세요. 또 만나요.

Từ mới 새 단어

(Xin) chào	안녕하세요 / 안녕	vui	기쁜
tên	이름	được	~이 되다
là	이다	gặp	만나다
gì	무엇	hẹn	약속하다
rất	아주	lại	다시

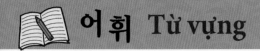

어휘 Từ vựng

1 **Đại từ nhân xưng số ít** 단수 인칭대명사   :) Track 8

	1인칭	2인칭	3인칭
Ông		Ông	Ông ấy
Bà		Bà	Bà ấy
Anh		Anh	Anh ấy
Chị	Tôi	Chị	Chị ấy
Em		Em	Em ấy
Cô		Cô	Cô ấy
Thầy		Thầy	Thầy ấy
Bạn		Bạn	Bạn ấy

❶ 1인칭 단수 대명사

Tôi (단수"나") – 베트남사람은 1인칭대명사로 남녀구분 없이 tôi (나) 라는 대명사 씁니다.

그러나 베트남에서의 호칭은 상대방과 나와의 관계에서 결정되어지기 때문에 실제로 베트남 사람들의 일상생활에 사용되는 예는 그리 많지 않습니다.

관계가 친해지거나 처음부터 잘 아는 사이에는 tôi 대신에 2인칭 대명사인 anh, chị, em, ông등으로 자신을 칭합니다.

➡ bạn (친구, 당신) 의 경우는 tôi 대신에 mình / tớ로 칭할 수 있습니다.

❷ 2인칭 단수 대명사

베트남어에서는 당신 (you)에 해당하는 인칭대명사를 나이, 성별, 사회적 위치에 따라 다르게 말합니다.

Anh	젊은 남자, 본인보다 나이가 많은 남자. 형 또는 오빠
Chị	젊은 여자, 본인보다 나이가 많은 여자 누나 또는 언니
Ông	할아버지 혹은 사회적 지위가 높은 남자
Bà	할머니 혹은 사회적 지위가 높은 여자
Cô	여자 선생님 혹은 젊은 여자를 예의 있게 "아가씨"라고 칭할 때
Thầy	남자 선생님
Em	나이가 더 적은 사람 또는 학생 (남녀 구분하지 않습니다.)
Bạn	친구 또는 당신

❸ 3인칭 단수 대명사

> 2인칭 + ấy

> anh → anh ấy   chị → chị ấy   em → em ấy

(인사에 적용해보기)

① 20대 여자와 30대 여자가 처음 만난 상황

➡ 20대 여자 : Chào chị.   30대 여자 : Chào chị.

20대 여자가 상대보다 연령이 적지만 처음 만난 사이임에 서로를 높혀주는 인칭대명사를 사용합니다.

② 서로 잘 아는 20대 여자와 10대 남자가 만남 상황

➡ 20대 여자 : Chào em.   10대남자 : Chào chị.

잘 아는 사이이기 때문에 20대 여자는 10대 남자를 본인보다 나이 적은 사람을 칭하는 인칭대명사 em을 사용해 부르고 있습니다.

❹ 상대방과의 관계에 따른 인칭대명사 (그외 특별히 꼭 지켜야할 상대방과의 관계에 따른 인칭대명사 사용)

bố mẹ (부모님) → con (자녀)	ông , bà (할아버지,할머니) → cháu (손자, 손아랫사람)
thầy, cô (선생님) → em (학생)	mình / tớ (동갑친구 사이) → bạn / cậu

Cô : Em tên là gì?

Học sinh : Em tên là MinJi.

선생님 : 너 이름이 뭐니?

학생 : 제 이름은 민지 입니다.

Học sinh : Cháu chào ông.

Ông : Chào cháu.

학생 : 안녕하세요, 할아버지.

할아버지 : 안녕.

Con : Con chào mẹ.

Mẹ : Chào con.

자녀 : 안녕하세요, 엄마.

엄마 : 안녕.

기초부터 짚고 넘어가기 (1)

 ## 베트남어의 명사

❶ 명사(名詞, danh từ)란?

명사는 사람, 사물등을 나타냅니다. 명사는 주어로도 사용되며 숫자와 결합할 수 있고 지시 형용사와
결합하여 '이 + 명사, 그 + 명사, 저 + 명사'로 표현할 수도 있습니다.

명사는 고유명사, 보통명사, 단위명사(종별사)로 나뉘어 집니다.

1. 고유명사

사람이름, 나라, 지역,기관 및 단체 등을 고유명사라 하며 첫 자를 대문자로 표현합니다.

VD) Hồ Chí Minh(호치민), Việt Nam (베트남), Bộ Giáo Dục và Đào tạo(교육부)

2. 보통명사

같은 종류의 모든 사물에 쓰이는 명사입니다. 일반적으로 말하는 명사들이 이에 속합니다.

물건명사	nhà 집, bàn 책상, máy vi tính 컴퓨터
사람명사	sinh viên 대학생, nhân viên 직원
동물,식물명사	chó 강아지, hổ 호랑이, lúa 쌀
물질 재료명사	gỗ 나무, mỡ 지방, dầu 기름

3. 단위명사 (종별사)

명사의 성질을 명사 앞에서 표현해주며 단어의 성격에 따라 쓰이는 단위명사가 다릅니다.

단위명사	단어의 성격
con	동물
cái	무생물 명사
quả	과일/동그란 모양

문법 및 표현 Biểu hiện và ngữ pháp

1 **là 동사** (영어의 **be**동사 기능과 유사합니다)

주어가 지시하는 대상의 속성이나 부류를 지정하며 연결동사로서 "～이다" 의 뜻을 나타냅니다.

> 주어 + **là** + 명사 ➡ 주어는 "명사"이다.

주어	là (～이다)	명사	해석
Tôi	là	Trang	저는 짱 입니다.
Trang	là	người Việt Nam	짱은 베트남 사람입니다.
Cô ấy	là	Mary	그녀는 메리입니다.

*người Việt Nam 베트남사람

2 **gì 무엇** (의문사 **what**)

사물의 속성, 명칭을 묻거나 행위에 대해서 묻는 의문사로 '무엇' 을 의미합니다. (*항상 문장 맨 끝에 위치합니다.)

> 동사 + **gì**

Anh ăn gì ?   당신은 무엇을 먹습니까?
Anh tên là gì ?   당신의 이름은 무엇입니까?

*ăn 먹다

3 **còn 그리고**

자기나 다른 사람의 의견을 말한 후 상대방의 생각을 물을 때 사용됩니다. 뒤에 있는 대명사는 상대방과 나와의 관계에 따라 달라집니다.

> **còn** + 2인칭대명사

Tôi tên là Minsoo, còn anh?   제 이름은 민수 입니다. 당신은요?
Tôi là Peter.   저는 피터 입니다.

Az 기본문형 Mẫu câu cơ bản

1 상대방과 처음 만났을 때 인사

> (xin) chào   anh/ chị/ em...   안녕하세요?

처음에 만나거나 인사할 때 쓰는 인사말로 한국말로 "안녕/ 안녕하세요"라는 뜻으로 아침부터 밤까지 구분 없이 사용합니다.

(xin) chào + 2인칭대명사를 생략하지 않고 명확히 사용합니다.

❶ (chào + 2인칭대명사) / (chào + 인칭대명사 + 이름) / (chào + 이름)

상대방과 처음 만나거나 서로 이름을 알고 있는 사이에 주로 쓰는 인사표현입니다.

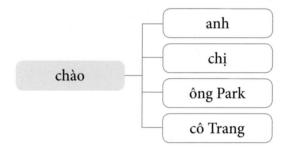

※ 인칭대명사 뒤에 이름을 붙이는 인사법은 둘 사이가 친근할 때 쓰는 표현입니다.

❷ (1인칭대명사 + chào + 2인칭대명사)

이와 같은 인사법은 친밀하고 예의 바른 인사표현입니다.

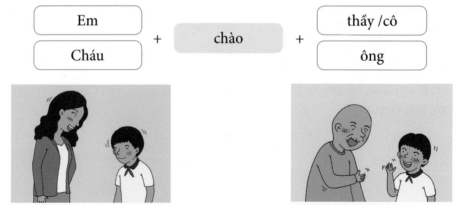

A: Em chào cô.   B: Chào em.   A: Cháu chào ông.   B: Chào cháu.

이와 같이 베트남어 인사표현에서는 간단한 인사말만 들어도 두 사람의 관계를 알 수 있습니다.

2 이름 묻고 말하기

Tên + (anh / chị / em ....)	là	gì?
(Anh / chị / em ...) + tên	là	gì?
당신의 이름은	~이다	무엇

⬇

Tên tôi	là	Kim
Tôi tên	là	Kim
내 이름은	~이다	김

﹡ tên 을 생략하고 "저는 김이에요" 라는 표현이 가능합니다. ➡ **Tôi là** Kim. 저는 김입니다.

3 만나서 반갑습니다.

> Rất vui được gặp + 2인칭대명사 (+ 이름)

'Rất vui được gặp.'은 '만나서 반갑습니다'라는 뜻으로 사용됩니다. 존중의 태도를 가지고 같은 인사를 드리 릴 때 'Rất hân hạnh được làm quen với.'이라는 표현을 쓰는데, 이는 '뵙게 되어 영광입니다.'라는 뜻 입니다.

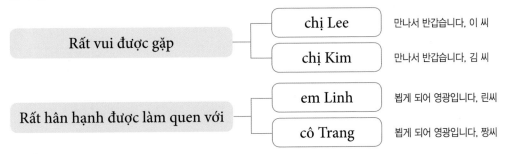

Rất vui được gặp
- chị Lee 만나서 반갑습니다, 이 씨
- chị Kim 만나서 반갑습니다, 김 씨

Rất hân hạnh được làm quen với
- em Linh 뵙게 되어 영광입니다, 린씨
- cô Trang 뵙게 되어 영광입니다, 짱씨

4 다시 봅시다 / 또 봐요.

> Hẹn gặp lại.

비교적 오랜 시간 동안 만나지 못하는 경우 헤어질 때 사용합니다.
﹡ 자주 만나는 사이에는 (chào + 인칭대명사) / (tạm biệt) 사용

연습 Luyện tập

다음 그림을 보고 적절한 인칭대명사를 넣어 크게 말하세요.

❶

A: Chào _____.

B: Chào _____.

❷

A: Chào _____. Rất vui được gặp _____.

B: Chào _____. Rất vui được gặp _____.

❸

A: _____ chào _____.

B: Chào _____.

❹

A: Chào _____. Rất vui được gặp _____.

B: Chào _____. Rất vui được gặp _____.

2 다음 내용을 듣고 빈칸에 채워주세요. Track 9

❶

A: Xin chào!

B: (1) _____ !

A: Rất vui được gặp (2) _____ !

B: Vâng, rất vui được gặp (3) _____ .

❷

A: Chào cô. (1) _____ ?

B: Tôi là Anna, (2) _____ ?

A: Tôi tên là Park. (3) _____ .

B: Rất hân hạnh được làm quen với anh.

3 다음 보기를 보고 대화를 만들어 써보세요.

보기

Nam - Chào bạn ! Tôi tên là Nam. Rất vui được gặp bạn. Còn bạn? bạn tên là gì?

Tuấn - Chào bạn! Tôi tên là Tuấn. Rất vui được gặp bạn!

❶ 대화에 나온 "Tôi"을 대신 할 수 있는 인칭대명사는 무엇인가요? 해당 대명사로 바꾸어서 대화를 다시 써보세요.

Nam - Chào bạn ! _____ .

Tuấn - Chào bạn! _____ .

❷ 자신보다 나이가 많은 한 여자분을 만나게 됩니다. 위의 보기와 같은 형식으로 대화를 만들어 써보세요.

_____ .

_____ .

The 알아보기

 한국인이 "정말" 궁금해하는 표현들

〔 베트남인과 처음 만났을 때 〕

• **Rất vui được biết anh.**　알게 되어 대단히 기쁩니다.

Rất vui	được biết	anh
매우 기쁘다	알게 되다	+ 2인칭 (상대에 따라 달라진다 anh / chị / em / cô…)

• **Tên tôi là Lee soo jin. Xin gọi tôi là soojin.**　저는 이수진입니다. 수진이라고 불러 주세요.

Tên tôi	là	Lee soo jin.	Xin	gọi tôi	là	soojin
내 이름은	~이다	이수진.	~해주세요	나를 부르다	~이다	수진

• **Tôi đã nghe rất nhiều về anh.**　당신에 대해서 많이 들었어요.

Tôi	đã nghe	rất nhiều	về	anh
나는	들었다	매우 많이	~에 대해서	+ 2인칭

• **Tôi đã muốn được gặp anh từ lâu.**　진작부터 만나 뵙고 싶었습니다.

Tôi	đã muốn	được gặp	anh	từ	lâu
나는	원했다	만나게 되다	2인칭	~부터	오래

Từ mới 새단어

vui	기쁜	xin	~해주세요 (정중한 요구나 간청할 때 쓰임)
được	~게 되다		
biết	알다	về	~에대해서
gọi	부르다	muốn	원하다
đã	과거시제	từ	~부터
nghe	듣다	lâu	오래된
nhiều	많이	muốn	원하다

Xin lỗi,
chị là người nước nào?
실례지만, 당신은 어느 나라 사람이에요?

 대화 Hội thoại

Track 10

다음 대화를 들어보세요.

Hùng	Chào anh.
Peter	Chào anh. Xin lỗi, anh tên là gì?
Hùng	Tôi tên là Hùng. Còn anh, anh tên là gì?
Peter	Tôi tên là Peter. Anh Hùng là người nước nào?
Hùng	Tôi là người Việt Nam. Anh là người Mỹ, phải không?
Peter	Dạ không, tôi không phải là người Mỹ. Tôi là người Pháp.
	Rất vui được gặp anh.
Hùng	Tôi cũng rất vui được gặp anh.

훙	안녕하세요.
피터	안녕하세요. 실례지만 이름이 뭐에요?
훙	제 이름은 훙이에요. 당신은요, 당신의 이름은 뭐에요?
피터	제 이름은 피터에요. 당신은 어느 나라 사람입니까?
훙	저는 베트남 사람이에요. 당신은 미국 사람 맞지요?
피터	아니요. 저는 미국 사람이 아니에요. 저는 프랑스 사람이에요. 만나서 반가워요.
훙	저도 만나서 반가워요.

Từ mới 새 단어

cũng	역시, (역시) 도	người	사람
không	아닌	nước	나라
không phải	사실이 아닌, 옳지 않은	phải	옳은, 진실된, 사실의
Mỹ	미국	Pháp	프랑스
nào	어떤	Việt Nam	베트남

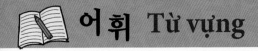

어휘 Từ vựng

1 Đại từ nhân xưng số nhiều 복수 인칭 대명사 🔊 Track 12

Ngôi thứ nhất 1인칭	Ngôi thứ hai 2인칭	Ngôi thứ ba 3인칭
	Các + 2인칭단수	Các + 2인칭단수 + ấy
	Các ông	Các ông ấy
	Các bà	Các bà ấy
	Các anh	Các anh ấy
Chúng tôi Chúng ta	Các chị	Các chị ấy
	Các thầy	Các thầy ấy
	Các cô	Các cô ấy
		Các bạn ấy
	Các bạn = 당신들	Họ 남녀를 모두 포함한 '그들'

Chúng tôi와 Chúng ta는 "우리"라는 뜻이지만 베트남어에서 이 단어는 의미의 차이가 있습니다. Chúng tôi는 상대방을 포함하지 않는 우리입니다. 반면 Chúng ta는 상대방을 포함하는 우리입니다. 즉, 나와 상대방 모두를 포함하는 우리로 표현이 됩니다.

1. Anh Kim : Các anh chị là người nước nào? 당신들은 어느 나라 사람이에요?
   Họ : Chúng tôi là người Hàn Quốc. 우리들은 한국사람이에요

2. Chúng ta ăn cơm đi. 우리 밥 먹으러가자.
   – 화자와 청자 모두를 포함하는 우리

3. Lan và Hoa là người Việt. Các cô ấy không phải là người Hàn Quốc.
   란과 화는 베트남사람입니다. 그녀들은 한국사람이 아닙니다.

② Tên quốc gia 국가이름

Track 13

(Người + 나라이름)로 그 나라 사람임을 표현할 수 있습니다.

국가		사람 (người + 나라이름)	
한국	Hàn Quốc	người Hàn Quốc	한국 사람
베트남	Việt Nam	người Việt Nam	베트남 사람
미국	Mỹ	người Mỹ	미국 사람
북한	(Bắc) Triều Tiên	người (Bắc) Triều Tiên	북한 사람
영국	Anh	người Anh	영국 사람
일본	Nhật Bản	người Nhật Bản	일본 사람
중국	Trung Quốc	người Trung Quốc	중국 사람
태국	Thái Lan	người Thái Lan	태국 사람
프랑스	Pháp	người Pháp	프랑스 사람
호주	Úc	người Úc	호주 사람
라오스	Lào	người Lào	라오스 사람

Tip

베트남어의 60%는 한자어로 구성되어 있습니다. 단어를 외울 때 한자어를 생각하면서 단어를 외우면 조금 더 쉽게 단어를 외울 수 있습니다.

* 주의! 미국은 Mỹ Quốc 이 아닌 Mỹ 입니다!

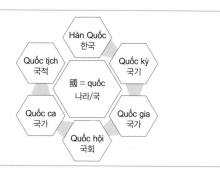

③ Dạ 예의를 나타내는 말

"Dạ"는 문장 앞에 사용하는 단어이며 뜻이 없습니다. 예의를 갖출 때 문장 맨 앞에서 사용합니다.

Dạ, cháu chào ông
할아버지, 안녕하십니까?

Dạ, cháu tên là Hòa
저는 화라고 합니다

Dạ, em chào thầy
선생님, 안녕하십니까?

문법 및 표현 Biểu hiện và ngữ pháp

1 là 동사의 부정문

1과에서 (주어 + là + 명사) "주어는 명사이다"의 là동사 평서문을 배웠습니다. 평서문에 'không phải' (사실이 아닌)을 là동사 앞에 붙여주면 là동사의 부정문을 만들 수 있습니다.

> 주어 + **không phải** + **là** + 명사 ➡ 주어는 명사가 아니다. (부정문)

주어	không phải	là	명사	해석
Tôi	không phải	là	Trang.	저는 짱이 아닙니다.
Trang	không phải	là	người Việt Nam.	짱은 베트남사람이 아닙니다.
Cô ấy	không phải	là	Mary.	그녀는 메리가 아닙니다.

2 phải không? 그렇죠?

"là 동사" 형식의 의문문으로도 쓰이는 부가의문문입니다. 말하는 사람이 어떤 사실을 확인하고 싶을 때 쓰이며, 한국어로 "…. 이죠? 그렇죠?"라는 의미를 지니고 있습니다.

> 주어 + 동사 + **phải không?**
> 주어 + 형용사 + **phải không?**
> 주어 + 명사 + **phải không?**

대답

그 사실이 맞는 경우	Vâng, 주어 + **là** + 명사	(긍정)
그 사실이 아닌 경우	Không, 주어 + **không phải là** 명사	(부정)

의문문의 대답의 경우 네, 아니오 라는 대답을 해준 뒤 자신의 의견을 말하는 것이 좋습니다.

A: Anh là người Mỹ phải không?　　　미국 사람입니까?

B: Vâng, tôi là người Mỹ.　　　네, 저는 미국 사람입니다.

"차근차근 쉽게 이해하기!"

không 의 3가지 기능

1. 숫자 0
2. không + 동사/형용사 – 동사/형용사의 부정을 만듭니다.
3. 동사/형용사 + không? – 문장 맨 끝에 올 경우 의문문을 만들어 줍니다.

즉, không phải – 옳지 않은   phải không? – 옳습니까?

---

3 **nào** 어느, 어떤

한국어로 '어떤, 어느'의 뜻을 나타내며 항상 명사 앞에 쓰입니다.

> 명사 + nào

Anh là người nước nào?   당신은 어느나라 사람 입니까?

Em muốn uống loại cà phê nào?   당신은 어떤 커피를 마시고 싶습니까?

---

4 **cũng** 역시

> cũng + 동사 / 형용사

둘 이상의 성질이 같음을 나타내며, 한국어로 "…도 / 역시"의 뜻을 나타냅니다.

Tôi là người Việt Nam. Anh ấy cũng là người Việt Nam.
저는 베트남 사람 입니다. 그 남자도 베트남 사람 입니다.

Từ mới 새 단 어

loại	종류	cà phê	커피	uống	마시다

Az 기본문형 Mẫu câu cơ bản

1 국적 묻고 답하기

❶ 국적을 물어보는 기본 문형

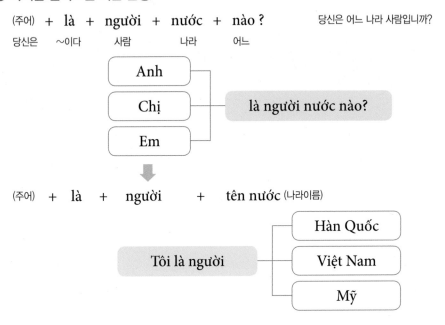

(주어) + là + người + nước + nào ?　　당신은 어느 나라 사람입니까?
당신은　～이다　사람　　나라　　어느

Anh
Chị → là người nước nào?
Em

(주어) + là + người + tên nước (나라이름)

Tôi là người

Hàn Quốc
Việt Nam
Mỹ

A: Chị Lee là người nước nào?　　이씨는 어느 나라 사람입니까?
B : Tôi là người Hàn Quốc.　　저는 한국 사람입니다.

A: Anh là người nước nào?　　당신은 어느 나라 사람입니까?
B: Tôi là người Việt Nam.　　저는 베트남 사람입니다.

❷ 부가의문문인 phải không으로 국적 묻기

평서문			phải không?	해석
Anh	là	người Việt Nam	phải không?	당신은 베트남 사람이죠?
Em Min Soo	là	người Anh	phải không?	민수는 영국 사람이죠?
Ông	là	người HànQuốc	phải không?	당신은 한국 사람이죠? (윗사람)

Phải không 의문문의 대답은 항상 '네 / 아니오'를 먼저 말한 후 자신의 의견을 말합니다.

긍정의 대답　(Dạ) vâng. Tôi là người Việt Nam. 네. 저는 베트남 사람이에요.

부정의 대답　(Dạ) không. Tôi không phải là người Hàn Quốc. 아니오. 저는 한국 사람이 아니에요.

연습 Luyện tập

1 다음의 그림을 보고 대화를 완성하세요.

❶

A: Anh ấy là người nước nào?

B: _____ .

❷

A: _____ ?

B: Không, cô ấy là người Nhật Bản.

❸

A: Họ là người Úc, phải không?

B: _____ .

❹

A: Anh ấy là Hùng, phải không?

B: _____ .

❺

A: Đây là Trung Quốc, phải không?

B: _____ .

*Đây : 여기

2 내용을 잘 듣고 질문을 답하세요.

❶ Anh Park là người nước nào?

_____

❷ Chị Linh là người Trung Quốc, phải không?

_____

3 보기를 보고 지시문에 맞으면 답을 해보세요.

보기

Xin chào! Tôi tên là Hùng. Tôi là người Việt Nam. Đây là Anna. Cô ấy là người Pháp.
Rất vui được gặp bạn! Còn bạn, bạn là người nước nào?

❶ 내용을 읽고 맞은 면 (Đ), 틀리면 (S) 를 표시하세요.

(1) Hùng là người Việt Nam?   (Đ , S)

(2) Anna là người Mỹ?   (Đ , S)

❷ 보기에 제시된 마지막 질문에 답하세요.

"Còn bạn, bạn là người nước nào?"

_____

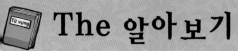 

The 알아보기

 한번에 '쏙' 이해되는 là 동사 문형

1, 2과에서 là 동사에 대해 배웠습니다. 베트남어의 문장 형태는 크게 "là동사인 문형"과 "là동사가 아닌 문형"으로 나뉘어 질 수 있습니다. 다시 한번 là 동사 문형을 살펴보도록 합시다.

❶ 'Là' 동사

문장의 주어를 명사와 연결해주는 연결동사로 "~ 이다"의 뜻을 나타냅니다.
*영어의 be동사 기능과 유사합니다.

❷ 평서문

> 주어 + là + 명사 ➡ 주어는 "명사"이다.

주어	là (~이다)	명사	해석
Tôi	là	Trang.	저는 짱 입니다.
Trang	là	người Việt Nam.	짱은 베트남 사람입니다.
Cô ấy	là	Mary.	그녀는 메리입니다.

❸ 부정문

> 주어 + không phải + là + 명사 ➡ 주어는 "명사가 아니다"이다. (부정문)

주어	không phải	là	명사	해석
Tôi	không phải	là	Trang.	저는 짱이 아닙니다.
Trang	không phải	là	người Việt Nam.	짱은 베트남 사람이 아닙니다.
Cô ấy	không phải	là	Mary.	그녀는 메리가 아닙니다.

* phải 는 명사로 '진실, 사실, 정확함'을 나타냅니다. 여기에 부정을 만들어주는 không 을 결합시키면 không phải 즉, 사실이 아니다 라는 뜻으로 là 동사의 부정을 만들어줍니다.

❹ 의문문

> 주어 + là + 명사 + phải không ?

➡ 부가 의문문 형식인 phải không? (사실이죠? 맞죠?)를 평서문 뒤에 붙입니다.

주어	là	명사	phải không?	해석
Anh	là	Peter	phải không?	당신은 피터 맞지요?
Trang	là	người Việt Nam	phải không?	짱은 베트남사람 맞지요?
Cô ấy	là	Mary	phải không?	그녀는 메리 맞지요?

* 평서문 + phải không? 이라고 생각하면 이해하기 쉽습니다.

MEMO

Bài 03과

Anh làm nghề gì?

당신 직업이 뭐예요?

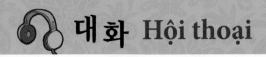

Track 15

다음 대화를 들어보세요.

Kim	Chào anh.
Phúc	Chào chị. Chị đi đâu đấy?
Kim	Tôi đi làm.
Phúc	Chị làm việc ở đâu?
Kim	Tôi làm việc ở công ty ABC.
	Xin giới thiệu với anh. Đây là Linh, bạn tôi.
Phúc	Chào chị. Tôi là Phúc, làm ở công ty vận tải Mai Linh.
	Còn chị? Chị làm nghề gì?
Linh	Tôi là giảng viên ở trường Đại học Seoul.

김   안녕하세요.

푹   안녕하세요. 어디 가세요?

김   일하러 가요.

푹   어디서 일하세요?

김   저는 ABC회사에서 일해요. 소개할게요. 이분은 제 친구 린이에요.

푹   안녕하세요. 저는 푹이고, Mai Linh 운송회사에서 일해요. 당신은요? 직업이 뭐예요?

린   저는 서울대학교 강사예요.

Từ mới 새단어

công ty	회사	nghề (nghiệp)	직업
đi	가다	ở đâu	어디에서
đâu	어디	trường Đại học	대학교
làm việc	일하다	vận tải	운송
giới thiệu với	~에게 소개하다	giảng viên	강사

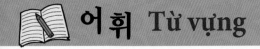 어휘 Từ vựng

1 Nghề (nghiệp) 직업

Track 17

học sinh	학생	công an	공안
sinh viên	대학생	cảnh sát	경찰
giáo viên	선생	thương gia	사업가
bác sĩ	의사	nhà báo	기자
y tá	간호사	phóng viên	리포터
ca sĩ	가수	biên tập viên	편집자
diễn viên	배우	phi công	조종사
người mẫu	모델	tiếp viên hàng không	승무원
luật sư	변호사	nhạc sĩ	작사가
kiến trúc sư	건축사	kỹ sư	기술자
nhân viên văn phòng	회사원	kế toán	회계원
công nhân	노동자	nội trợ	주부

2 Địa điểm 장소

Track 18

trường học	학교	chợ	시장
lớp học	교실	hiệu thuốc	약국
bệnh viện	병원	cửa hàng	가게
công ty	회사	nhà hàng/ quán	음식점
văn phòng	사무실	công viên	공원
nhà	집	bưu điện	우체국
siêu thị	슈퍼	ngân hàng	은행

③ Kiểu doanh nghiệp 기업유형

 Track 19

sản xuất	생산	thực phẩm	식품
thương mại	무역	vận tải	운송
điện tử	전자	tư vấn	자문
dịch vụ	서비스	môi giới	중개

위의 기업유형을 뜻하는 단어를 회사를 뜻하는 명사 "công ty" 뒤에 붙이면 그 회사가 어떤 영역에서 사업하는지를 알 수 있습니다.

> công ty + 기업유형

công ty sản xuất	công ty thực phẩm
công ty thương mại	công ty vận chuyển
công ty điện tử	công ty tư vấn
công ty dịch vụ	công ty môi giới

문법 및 **표현** Biểu hiện và ngữ pháp

1 làm ~하다

주어가 어떤 행동이나 과정을 시행하는 의미를 나타냅니다. 하다, 일하다, 만들다로 해석하며 단독 사용은 불가능합니다. 뒤에 항상 행동의 대상 또는 내용을 더 자세히 설명하기 위한 목적어가 함께 옵니다.

주어 + làm + 명사

주어	làm	명사	해석
Tôi	làm	bài tập	저는 숙제를 합니다.
Anh ấy	làm	việc	그는 일을 합니다.
Cô ấy	làm	bánh.	그녀가 빵을 만듭니다.

*bài tập 숙제, việc 일, bánh 빵

2 đâu 어디

장소에 대해 물을 때 쓰는 의문사로 " 어디/어디서"와 같은 의미로 해석되며 동사 뒤 또는 문장 끝에 있는 편입니다. (의문사 where)

❶ đâu는 "목적지"를 묻는 표현

주어 + 방향 + đâu?

주어	방향	đâu?	해석
Chị Trang	đi (가다)	đâu?	짱씨는 어디로 가나요?
Anh ấy	đến (오다)	đâu?	그는 어디까지 오나요?

❷ ở đâu? "장소"를 묻는 표현

주어 + ở đâu?

주어	ở đâu?	해석
Nhà em	ở đâu?	너희 집은 어디니?
Công ty anh ấy	ở đâu?	그의 회사는 어디입니까?

주어 + 동사 + đâu?

주어	동사	ở đâu?	해석
Em	học	ở đâu?	너는 어디서 공부하니?
Chúng ta	gặp	ở đâu?	우리 어디서 만나?

AZ 기본문형 Mẫu câu cơ bản

① 직업 묻고 대답하는 방법

> Anh/chị làm nghề gì? = Anh/chị làm gì? 직업이 무엇 입니까?

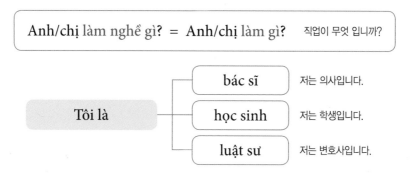

Tôi là

bác sĩ	저는 의사입니다.
học sinh	저는 학생입니다.
luật sư	저는 변호사입니다.

직업을 물을 때 질문에 "làm (하다, 일하다)"를 쓰는 것과 달리 대답할 때는 "là (~이다)"를 써야 합니다.

Tip

북부지방의 표준어와 달리 베트남 남부지방에서 직업을 묻는 표현에는 "대학생(sinh viên)과 학생(học sinh)"의 경우를 제외하고 "là" 대신에 "làm"을 사용해서 대답할 수 있습니다.

A : Anh làm nghề gì?　　　　　　　　　A : 직업이 무엇인가요?
B : Tôi là / làm diễn viên.　　　　　　　B : 배우입니다.

A : Cô Trang làm nghề gì?　　　　　　　A : 장씨는 무슨 일을 하나요?
B : Tôi là / làm giáo viên tiếng Việt.　　B : 베트남어 강사입니다.

A : Chị làm nghề gì?　　　　　　　　　　A : 당신은 무슨 일을 하세요?
B : Tôi là sinh viên.　　　　　　　　　　B : 저는 대학생입니다.

② ở đâu 어디에/어디에서

Anh/chị	làm việc	ở đâu?
당신은	일하다	어디에서

↓

Tôi	làm việc	ở 장소
나는	일하다	(장소)에서

A : Anh Nam làm việc ở đâu?　　　　　　　A : 남씨는 어디에서 일해요?
B : Tôi làm việc ở bệnh viện.　　　　　　　B : 병원에서 일해요.

A : Chị Minh học tiếng Anh ở đâu?　　　　　　A : 민씨는 어디서 영어를 공부해요?
B : Chị ấy học tiếng Anh ở trường đại học Ngoại ngữ.　　B : 그녀는 외국어대학교에서 공부해요.

*ngoại ngữ 외국어, học 공부하다

연습 Luyện tập

1 다음 그림을 보고 대화를 완성하세요.

보기

A: Cô Lan <u>làm nghề gì</u>?

B: <u>Cô Lan</u> là <u>họa sỹ</u>.

❶

kỹ sư

A: Anh ấy là công nhân, phải không?

B: Không, _____.

❷

nhân viên văn phòng

A: Bố cô ấy làm nghề gì?

B: _____.

❸

tiếp viên hàng không

A: _____?

B: Vâng, _____.

❹

phóng viên

A: _____?

B: Không, chị ấy không phải là luật sư.

   Chị ấy là phóng viên.

❺

A: Bà ấy làm việc ở đâu?

B: _____.

❻

A: Anh Peter _____ ở đâu ?

B: Anh ấy _____ ở _____.

❼

A: Cô Linh _____ ở đâu?

B: _____.

*gặp bạn 친구를 만나다

❽

A: Ông Minh _____ ở đâu?

B: _____.

*tập thể dục 운동하다

---

2 다음 내용을 듣고 틀리면 (S), 맞으면 (Đ) 표시하세요. Track 20

❶ Ông ấy là sinh viên.   (Đ , S)

❷ Chị ấy là bác sỹ.   (Đ , S)

❸ Anh Park làm việc ở bệnh viện.   (Đ , S)

❹ Chị Anna học tiếng Việt ở trường đại học Ngoại ngữ.   (Đ , S)

3 보기와 같이 질문을 만들어 답하세요.

> **보기**
>
> Cô Hương/ dạy tiếng Việt/ đại học Hà Nội
>
> > A: Cô Hương dạy tiếng Việt ở đâu?
> > B: Cô ấy dạy tiếng Việt ở trường đại học Hà Nội.
>
> ＊ dạy 가르치다

❶ Liên / ăn cơm / nhà

A: _____ .

B: _____ .

❷ Chị Lee / làm việc / bệnh viện Bạch Mai

A: _____ .

B: _____ .

❸ Anh Kiên / gặp bạn / trường học

A: _____ .

B: _____ .

❹ Anna / gọi điện thoại / bưu điện

A: _____ .

B: _____ .

❺ Thầy Hùng / ở / ngân hàng

A: _____ .

B: _____ .

Từ mới 새 단어

ăn cơm	밥을 먹다	làm việc	일하다
gặp bạn	친구 만나다	gọi điện thoại	전화를 걸다
ở	～에 있다		

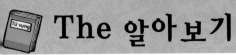

The 알아보기

 베트남어 직업에 관련된 단어와 한자어

베트남은 역사적으로 중국의 직,간접적으로 식민지배를 받아 한자어와 비슷한 발음을 내는 단어가 많습니다. 17세기초 유럽 선교사에 의해 로마자로 표기하는 것이 시도되었고 이것이 알렉상드르 드 로드에 의해 하나의 언어로 완성되었습니다. 이 때문에 베트남어의 60%가 한자어로 구성되어 있어 베트남 단어를 외울 때 한자어를 생각하며 단어를 암기하면 조금 더 친숙하게 느껴질 겁니다.

직업과 관련된 단어를 배우며 어떤 한자어와 관련 되어 있는지 살펴볼까요?

한자어	베트남어	한자어	베트남어	한자어	베트남어
敎 가르칠 교 giáo	Giáo viên 교원 = 교사	員 인원 원 viên	Nhân viên 직원	學 배울 학 học	Học sinh 학생
	Giáo dục 교육		Diễn viên 배우		Học tập 학습
	Giáo trình 교재, 교과서		Phóng viên 기자, 리포터		Học phí 학비
生 날 생 sinh	Sinh viên 생원 = 대학생	内 안 내 nội	Nội trợ 내조 = 가정주부	律 법칙 률 luật	Luật sư 변호사
	Sinh nhật 생일		Nội chiến 내전		Luật lệ 규례
	Sinh hoạt 생활		Quốc nội 국내		Luật (học) 법학
人 사람 인 nhân	Nhân viên 인원=직원	安 편안할 안 an	Công an 공안 = 경찰	工 장인 공 công	Công nhân 공인 = 노동자
	Cá nhân 개인의		An toàn 안전		Phi công 조종사
	Nhân dân 인민 = 국민				Công an 공안 = 경찰

MEMO

Tiếng Việt có khó không?

베트남어 어려워요?

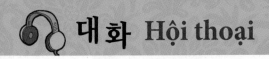

대화 Hội thoại

Track 21

다음 대화를 들어보세요.

Kim	Chào anh. Đã lâu không gặp anh. Anh có khoẻ không?
Phúc	Cám ơn Kim. Tôi khoẻ. Còn chị? Dạo này chị thế nào?
Kim	Tôi bình thường. Dạo này tôi học tiếng Việt.
Phúc	Tiếng Việt có khó không?
Kim	Vâng, tiếng Việt rất khó.
	Đặc biệt là phát âm, nhưng tiếng Việt rất thú vị.
Phúc	Chị học tiếng Việt để làm gì?
Kim	Tôi học tiếng Việt để đi du lịch Việt Nam.

김	안녕하세요. 오랜만이에요. 잘 지내세요?
푹	고마워요, 김. 저는 잘 지내죠. 당신은요? 요즘 어때요?
김	저는 그럭저럭 지내요. 요즘 저는 베트남어를 공부하고 있어요
푹	베트남어 어렵나요?
김	네, 베트남어 아주 어려워요.
	특히 발음이 어렵지만 베트남어는 매우 재미있어요.
푹	당신은 왜 베트남어를 배우세요?
김	저는 베트남으로 여행 가기 위해 베트남어를 배워요.

Từ mới 새 단어 Track 22

lâu	오래된	khoẻ	건강한
cám ơn	감사하다	thế nào	어때요
bình thường	보통	dạo này	요즘
học	배우다	tiếng Việt	베트남어
khó	어려운	đặc biệt	특별히
phát âm	발음	thú vị	재미있는
để	~하기 위해서	du lịch	여행
nhưng	그러나		

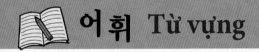 어휘 Từ vựng

① 언어 Track 23

(Tiếng + 나라이름) 으로 국가의 언어를 표현합니다.

국가		언어 (tiếng + 나라이름)	
한국	Hàn Quốc	tiếng Hàn (Quốc)	한국어
베트남	Việt Nam	tiếng Việt (Nam)	베트남어
영국	Anh	tiếng Anh	영어
일본	Nhật Bản	tiếng Nhật (Bản)	일본어
중국	Trung Quốc	tiếng Trung (Quốc)	중국어
태국	Thái Lan	tiếng Thái (Lan)	태국어
프랑스	Pháp	tiếng Pháp	불어

 ★주의 영어는 영국의 언어이기 때문에 Tiếng Mỹ가 아닌 Tiếng Anh입니다.

② 꼭 알아야 할 필수 형용사 (1) Track 24

vui	기쁜		buồn	슬픈
yêu	사랑하는		ghét	싫은
to	큰		nhỏ	작은
sáng	밝은		tối	어두운
cao	높은	≠	thấp	낮은
ngắn	짧은		dài	긴
đẹp	예쁜		xấu	못생긴
nhanh	빠른		chậm	느린
mỏng	얇은		dày	두꺼운
đắt	비싼		rẻ	싼
bận	바쁜		rảnh (rỗi)	한가한

3 꼭 알아야 할 필수 동사

 Track 25

(Động từ)

nói	말하다	trả lời	대답하다
đọc	읽다	đi	가다
viết	쓰다	đến	오다
nghe	듣다	ăn	먹다
học	배우다	uống	마시다
dạy	가르치다	sống	살다
biết	알다	chơi	놀다
hiểu	이해하다	làm việc	일하다
hỏi	질문하다	mở	열다
khóc	울다	đóng	닫다
mua	사다	cười	웃다
đẩy	밀다	bán	팔다
tìm	찾다	kéo	당기다
hát	노래하다	đợi	기다리다
mặc	입다	lái xe	운전하다
nấu	요리하다	cởi	벗다
tắm	샤워하다	chơi	놀다
chụp ảnh	사진을찍다	nói chuyện	이야기하다
lên	올라가다	đi dạo	산책하다
chuẩn bị	준비하다	xuống	내려가다
bắt đầu	시작하다	thích	좋아하다

기초부터 짚고 넘어가기 (2)

 베트남어의 형용사

형용사는 사람, 물질 등의 상태를 표현합니다. 베트남어의 형용사는 <u>영어와 다르게 서술어로 사용될 수 있기 때문에 주어와 바로 결합이 가능하다는 특징이 있습니다.</u> 또한 형용사는 정도를 나타내는 부사인 (rát / lắm / quá – 매우, 아주)와 결합할 수 있습니다.

상태를 나타내는 형용사	tốt (좋은), xấu (나쁜), đúng(정확한)
색깔을 나타내는 형용사	đỏ (빨강의), vàng (노랑의)
모양을 나타내는 형용사	tròn (원형의), thẳng (곧은)
맛을 나타내는 형용사	ngọt (단), cay (매운)

위의 형용사들은 명사 뒤에 위치할 수 있으며 명사를 꾸며주는 역할을 합니다.

Tip

❶ 베트남어에서는 형용사와 동사 기능이 유사하기 때문에 형용사와 동사 사이에 명확한 선이 없습니다.

❷ 대부분의 형용사들은 방향을 나타내는 단어 (ra , đi , lên , lại) 등으로 과정을 나타냅니다.

긍정적인 표현 /상승의표현 (ra, lên)	부정적인 표현 / 하강의 표현 (đi, lại)
đẹp ra , đẹp lên	xấu đi , xấu lại

❸ 일반적으로 형용사는 비교를 나타내는 단어나 구와 같이 쓸 수 있습니다.

비교를 나타내는 단어   hơn (~보다 더), nhất (가장/제일-최상급)

đẹp	+	hơn	→	đẹp hơn (~보다 아름다운)
tốt	+	nhất	→	tốt nhất (가장 좋은)

기초부터 짚고 넘어가기 (3)

 ## 베트남어의 동사

동사는 사람이나 사물의 활동 또는 작용을 나타냅니다.

❶ 조동사

조동사는 문장에서 혼자 올 수 없으며 형용사나 동사가 함께 쓰여집니다.

1. 필요, 가능성을 나타내는 조동사 : nên ～하는게 좋겠다, cần 필요하다/～할 필요가 있다, phải 해야만 한다,
   có thể 할 수 있다 ...

2. 바램을 나타내는 조동사 : dám 감히 ～하다, mong 바라다, định ～예정이다 ...

3. 시간을 나타내는 조동사 : bắt đầu 시작하다. tiếp tục 계속하다 ...

4. 내키지 않는 태도를 나타내는 조동사 : bị ～이 되다. được ～이 되다 ...

❷ 일반동사

1. 활동을 나타내는 동사 : ăn 먹다, chạy 뛰다, đi 가다, làm 하다 ...

2. 기분을 나타내는 동사 : thích 좋아하다, yêu 사랑하다, ghét 싫어하다, nhớ 그리워하다 ...

3. 방향을 나타내는 동사 : ra 나가다, vào 들어오다, xuống 내려가다, lên 오르다, sang 건너가다 ...

4. 지시를 나타내는 동사 : bảo ～라고 하다, yêu cầu 요구하다, cho phép 허락하다 ...

5. 존재를 나타내는 동사 : có 있다, còn 존재하다, hết 잃다 ...

문법 및 표현 Biểu hiện và ngữ pháp

1 형용사 / 동사 문장의 의문문

có...không은 동사, 형용사 문장을 의문문으로 만들어 주는 의문문 형식입니다.

> 주어 + có + 형용사 / 동사 + không? ➡ 주어는 형용사/동사 합니까?

➡ 형용사와 có.. .không 문형을 결합해 의문문을 만들어 줍니다.

주어		có		형용사		không?		해석
Anh	+	có	+	vui	+	không?	+	당신은 기쁩니까?
Chị Hòa		có		đẹp		không?		화언니는 아름답습니까?

주어		có		동사		không?		해석
Anh	+	có	+	hiểu	+	không?	+	이해합니까?
Cô		có		biết		không?		당신 알아요?

＊hiểu 이해하다, biết 알다

대답

❶ "네"로 답할 경우:

(Có/ Đúng/Dạ/Vâng/Ừ) 주어 + (có) + 형용사 / 동사

❷ "아니요"로 답할 경우:

(Không) 주어 + không + 형용사 / 동사

＊ "네"로 답할 경우는 더 강조하는 의미로 형용사/동사 앞에 có 를 붙일 수도 있습니다.

A: Anh có thích Kim chi không?

B: Có, tôi thích Kim chi.

B: Có, tôi có thích Kim chi. ➡ 더 강조하는 뜻

Tip

Có....không 의문문 형식에서 có 는 의미를 강조하기 위해 넣어주므로 có는 생략이 가능합니다.

Anh	vui	không?
Chị Hoà	đẹp	không?
Anh	hiểu	không?
Cô	biết	không?

＊ 평서문 + không을 붙여서 의문문을 만든다고 생각하면 쉽습니다.

2 Nhưng 그러나 (영어의 **but**)

> 'Nhưng' 그러나

어떤 사실이나 내용에 반대되는 말을 하거나 조건을 붙여 말할 때 쓰는 접속사 입니다.

Siêu thị có nhiều hàng nhưng giá đắt.
마트에는 제품이 많지만 가격이 비싸요.

Công ty anh Peter không to nhưng nổi tiếng ở Hà Nội.
피터씨의 회사는 크지는 않지만 하노이에서는 유명해요.

Park không thích ăn thịt nhưng Anna rất thích.
박씨는 고기를 좋아하지 않지만 안나씨는 아주 좋아해요.

※ hàng 물건, giá 가격, nổi tiếng 유명한, thịt 고기

3 để ~하기 위해서

> để + 동사

목적을 나타내는 말로 để 다음 동사를 넣어 '~하기 위해서'라고 해석하며 영어의 to부정사와 비슷한 역할을 합니다.

Tôi đi Việt Nam để học tiếng Việt.
베트남어를 배우기 위해서 베트남에 갑니다.

Tôi gặp cô ấy để uống cà phê.
나는 커피를 마시기 위해 그녀를 만납니다.

A_Z 기본문형 Mẫu câu cơ bản

1 상대방과 아는 사이일 때 인사

❶ 오랜만이에요!

> Đã lâu không gặp!

처음 만난 사이가 아닌 오랜만에 만나는 사이에 말하는 인사표현입니다.

(주어 + đã lâu không gặp / Đã lâu không gặp + 주어) 둘 다 사용 가능합니다.

Anh Kim
Chị Trang + đã lâu không gặp!
Em Linh

Tip

친구끼리 사이 또는 아랫사람에게 쓰는 경우는 "Đã"를 생략하고 "Lâu không gặp."으로 말하는 경우도 있습니다.

---

❷ 잘 지내세요?

> 주어 + có + khoẻ + không?

오랜만에 만나는 경우에 상대방 또는 어떤 아는 사람이 그 동안 건강한지, 잘 지내는지 등 안부를 물어보는 표현입니다.

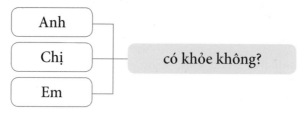

Anh
Chị — có khỏe không?
Em

질문에 대한 대답은 3가지 방법으로 표현할 수 있습니다. 대답할 때는 안부를 물어봐 준 상대방에 대한 <u>감사</u>를 먼저 표현한 후 대답을 하는 것이 일반적입니다.

1. Cám ơn. Tôi/anh/chị + khỏe.   네(감사합니다). 잘 지내고 있어요.
2. Cám ơn. Tôi/anh/chị + bình thường.   네(감사합니다). 그럭저럭 지냅니다.
3. Cám ơn. Tôi/anh/chị + không khoẻ.   네(감사합니다). 잘 못 지냅니다.

*cám ơn 감사하다

❸ 요즘 어떻게 지내세요?

> Dạo này (anh/chị…) thế nào?

오랜만에 다시 만날 때 하는 인사말로 "요즘 어떠세요? 어떻게 지내요?"라는 뜻을 나타냅니다.

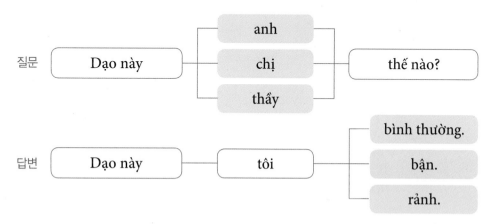

	질문		
	Dạo này	anh / chị / thầy	thế nào?
답변	Dạo này	tôi	bình thường. / bận. / rảnh.

Liên : Chị Lan, đã lâu không gặp. Dạo này chị thế nào?	리엔 : 란씨, 오랜만이에요. 요즘 어때요?
Lan : Cảm ơn Liên, dạo này chị bình thường.	란 : 고마워요 리엔 씨, 저는 그냥 그래요.
Peter : Chào Park, dạo này anh thế nào?	피터 : 안녕하세요 박씨, 요즘 어떻게 지내요?
Park : Dạo này tôi bận lắm. Còn anh?	박 : 요즘 아주 바빠요. 피터씨는요?
Peter : Tôi cũng vậy.	피터 : 저도 그래요.

❷ để làm gì? 목적 묻기

문장 맨 끝에 붙여 동사하는 이유를 물어보는 문형입니다. **Để**는 반드시 동사와만 결합합니다.

Anh học tiếng Việt	để làm gì?	
Tôi học tiếng Việt 나는 베트남어를 배웁니다	để	nói chuyện với người Việt Nam 베트남인과 대화하기 위해서
		đi du lịch Việt Nam 베트남여행 가기 위해서
		gặp bạn ở Việt Nam 베트남에 친구를 만나기 위해서

연습 Luyện tập

1 다음의 그림을 보고 대화를 완성하세요.

❶

여자 : Chào Peter. Đã lâu không gặp.

남자 : Chào Lan. _____ .

❷

할머니 : Chào _____ Park. Ông có khỏe không?

할아버지 : Cảm ơn bà. _____ vẫn khỏe.

❸

박 : Xin giới thiệu với anh. _____ cô Hòa.

피터 : Xin chào. Rất vui được gặp _____ .

화 : Vâng, rất vui được gặp _____ .

❹

박 : Xin giới thiệu với _____ . Đây là Mai.

마이 : _____ chào thầy.

선생님 : Chào em. Rất vui được gặp em.

2 아래 내용을 듣고 빈칸에 채워주세요. Track 26

A: (1) _____ anh Park.

B: Chào Anna. Đã lâu không gặp.

(2) _____ khỏe không?

A: (3) _____ Em vẫn khỏe.

3 보기와 같이 대화를 만들어 보세요.

보기

A : Tiếng Hàn Quốc có khó không?

B : Không, tiếng Hàn Quốc không khó.
/ Có, tiếng Hàn Quốc rất khó.

❶ Anh có làm việc ở công ty ABC không?　　(không)

_____.

❷ Người Hàn Quốc có đẹp không?　　(có)

_____.

❸ Anh có yêu cô Trang không?　　(có)

_____.

❹ Chị ấy có cao không?　　(không)

_____.

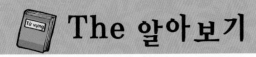

The 알아보기

한번에 '쏙'이해되는 là동사가 아닌 문형

1,2과에서 là 동사의 문형에 대해 공부했습니다. Là 동사는 ~이다 라고 해석합니다. 이외에 먹다, 자다, 놀다, 일하다 등의 수많은 동사들을 표현하려면 là 동사가 아닌 문형을 사용해야 합니다.

Là 동사가 아닌 문형을 살펴보도록 합시다.

❶ 평서문

> 주어 + 동사 + 목적어 ➡ 주어는 동사하다.

> 주어 + 형용사 ➡ 주어는 형용사이다.

➡ 영어와 다르게 베트남어는 주어 다음 형용사가 바로 올 수 있습니다.

주어	동사	목적어	해석
Tôi	biết	cô ấy	나는 그녀를 압니다.
Chị ấy	hiểu	tiếng Việt	그녀는 베트남어를 이해합니다.

주어	형용사	해석
Tôi	vui	나는 기쁜 → "나는 기쁘다"로 해석합니다.
Chị Hoà	đẹp	화 언니/누나는 아름다운 → "화 언니/누나는 아름답다"로 해석합니다.

❷ 부정문

> 주어 + không + 동사 + 목적어 ➡ 주어는 동사하지않다.

> 주어 + không + 형용사 ➡ 주어는 형용사가 아니다.

주어	Không	동사	목적어	해석
Tôi	không	biết	cô ấy	나는 그녀를 모릅니다.
Chị ấy	không	hiểu	tiếng Việt	그녀는 베트남를 이해하지 못합니다.

주어	Không	형용사	해석
Tôi	không	vui	나는 기쁘지 않습니다.
Chị Hoà	không	đẹp	화 언니는 아름답지 않습니다.

❸ 의문문

주어 + có + 동사 + 목적어 + không? ➡ 주어는 동사 합니까?

주어 + có + 형용사 + không ? ➡ 주어는 형용사 합니까?

➡ 형용사/동사와 có...không 문형을 결합해 의문문을 만들어 줍니다.

주어		có		동사 + 목적어		không?		해석
Anh	+	có	+	biết cô ấy	+	không?	=	당신은 그녀를 알아요?
Cô ấy		có		hiểu tiếng việt		không?		그녀는 베트남어를 이해해요?

주어		có		형용사		không?		해석
Anh	+	có	+	vui	+	không?	=	당신은 기쁩니까?
Chị Hoà		có		đẹp		không?		화언니는 아름답습니까?

Tip

Có....không 의문문 형식에서 có는 의미를 강조하기 위해 넣어주므로 có는 생략이 가능합니다.

Anh	vui	không?
Anh	biết cô ấy	không?

※ 평서문 + không을 붙여서 의문문을 만든다고 생각하면 쉽습니다.

MEMO

Năm nay em bao nhiêu tuổi?

올해 몇 살이에요?

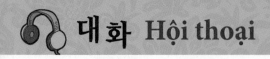 대화 Hội thoại

다음 대화를 들어보세요.

Track 27

Peter	Chào anh. Xin giới thiệu với anh.
	Đây là Park, bạn của tôi, sinh viên ở trường đại học.
Hùng	Chào Park.
Park	Chào anh. Năm nay anh bao nhiêu tuổi?
Hùng	Năm nay tôi 30 tuổi. Còn anh , năm nay anh bao nhiêu tuổi?
Park	Năm nay tôi 22 tuổi. Anh hơn tôi 8 tuổi. Anh đã kết hôn chưa?
Hùng	Rồi. Tôi đã kết hôn rồi. Còn anh ? Anh đã lập gia đình chưa?
Park	Chưa. Tôi chưa lập gia đình. Tôi còn độc thân nhưng có bạn gái rồi.

피터	안녕하세요. 소개해 드릴께요.
	이쪽은 제 친구 박이고 대학생이에요.
흥	안녕하세요, 박씨.
박	안녕하세요. 올해 몇 살이세요?
흥	올해 30살이에요. 박씨는요? 올해 몇 살이에요?
박	올해에 전 22살이에요. 흥씨는 저보다 8살이 더 많네요. 결혼하셨어요?
흥	네. 저는 결혼했어요. 박씨는요? 결혼하셨어요?
박	아직이요. 아직 결혼 안 했어요. 저는 독신이에요. 그러나 여자 친구가 있어요.

Từ mới 새단어 Track 28

năm nay	올해	chưa	아직
bao nhiêu / mấy	얼마/몇	độc thân	독신
tuổi	나이	có	있다
kết hôn	결혼하다	bạn gái	여자 친구
lập gia đình	가족을 형성하다 = 결혼하다		

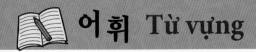 어휘 **Từ vựng**

1 **Số** 숫자 – 기수　　　　　　　　　　　　　　🙂 Track 29

1,2,3 (일, 이, 삼) 등으로 양을 표현하는 숫자를 기수라고 부릅니다.

❶ Số 1~10 (숫자 1~10)

0	Không	6	Sáu
1	Một	7	Bảy
2	Hai	8	Tám
3	Ba	9	Chín
4	Bốn	10	Mười
5	Năm		

❷ Số 11 ~ 20 (숫자 11~20)

11	Mười một	16	Mười sáu
12	Mười hai	17	Mười bảy
13	Mười ba	18	Mười tám
14	Mười bốn	19	Mười chín
15	Mười lăm	20	Hai mươi

• 5 숫자 : 15 ~95 **Năm** 대신에 **Lăm**으로 사용합니다.

❸ Số 20 ~ 90 (숫자 20~90)

20	Hai mươi	60	Sáu mươi
30	Ba mươi	70	Bảy mươi
40	Bốn mươi	80	Tám mươi
50	Năm mươi	90	Chín mươi

• 20 단위 이상 : 십의 단위는 성조를 빼고 **Mười** → **Mươi**으로 사용합니다.

❹ Số 21 ~ 91 (숫자 21~91)

21	Hai mươi mốt	91	Chín mươi mốt

• 21~91에서 숫자 1이 một → mốt로 변합니다.

❺ Số 24 ~ 94 (숫자 24~94)

24	Hai mươi tư	94	Chín mươi tư

• 24~94에서 숫자 4가 bốn → tư로 변합니다.

❻ 100 ~ 100.000 표현법

100	Một trăm
1000	Một ngàn / một nghìn
10.000	Mười ngàn / mười nghìn
100.000	Một trăm ngàn / một trăm nghìn

2 Số 숫자 – 서수

Track 30

첫째, 둘째, 셋째 등 순서를 나타내는 숫자를 서수라 부릅니다. Thứ와 기수를 결합하여 표현합니다.

> Thứ + 기수

Thứ nhất	첫째	Thứ sáu	여섯째
Thứ hai	둘째	Thứ bảy	일곱째
Thứ ba	셋째	Thứ tám	여덟째
Thứ tư	넷째	Thứ chín	아홉째
Thứ năm	다섯째	Thứ mười	열째

서수에서는 첫째가 thứ một이 아닌 thứ nhất이며 넷째가 thứ bốn이 아닌 thứ tư를 쓴다는 것을 주의하셔야 합니다.

문법 및 **표현** Biểu hiện và ngữ pháp

① Mấy / Bao nhiêu 몇 / 얼마

> mấy / bao nhiêu + 명사

수량을 물을 때 쓰는 대명사로 명사 앞에 위치합니다.

"Mấy"   : 10단위 이하를 묻는 경우
"Bao nhiêu" : 10단위 이상이나 답의 숫자 범위가 많은지 적은지 모르는 경우

＊주관적인 생각으로 쓰이는 경우가 많습니다. 묻는 사람이 추측하기에 수가 적다고 생각할 때는 'mấy', 묻는 사람이 추측하기를
 수가 많다고 생각할 땐 'bao nhiêu'를 사용합니다.

A : Năm nay em mấy tuổi?   A : 올해 몇 살이에요?

B : Dạ, em 8 tuổi ạ.   B : 저는 8살이에요.

A : Công ty anh có bao nhiêu nhân viên?   A : 당신의 회사에는 직원이 몇 명 있나요?

B : Công ty tôi có 20 nhân viên.   B : 저희 회사는 직원이 20여명 있어요.

② Có / Không có + 명사 ～ 있다 / 없다

사람, 동물, 물체 따위가 실제로 존재하거나 존재하지 않는 상태의 뜻을 나타냅니다.
Có 가 동사로 단독으로 쓰이면 "있다"의 의미가 되고 반대로 부정을 나타내는 không이 앞에 붙으면 "없다"
라는 뜻의 부정이 됩니다.

> Có / Không có + 명사

Lớp tôi có 2 người Hàn Quốc.   우리 반에는 한국사람이 2명 있습니다.

Công ty tôi có 4 nhân viên người Việt Nam.   우리회사에는 베트남 직원이 4명 있습니다.

Tôi không có điện thoại.   저는 휴대폰이 없습니다.

＊lớp 반 (class), điện thoại 전화기

3 đã ....chưa? ～했습니까?

과거부터 지금까지 어떤 행동을 했는지 묻는 표현입니다.

> đã + 동사 + chưa?

대답은 2가지 방법으로 표현할 수 있습니다.

❶ 그 행동을 이미 진행했거나 발생된 경우

Vâng / Rồi, 대명사 đã + 동사+ rồi.　네, … 했습니다.

❷ 그 행동을 아직 진행하지 않은 경우

Chưa, tôi (vẫn) chưa + 동사.　아니요, 아직 안 했습니다

A : Anh đã ăn cơm chưa?　밥을 먹었어요?
B : Vâng/Rồi, tôi ăn rồi.　네, 먹었어요.

A : Bạn đã làm bài tập chưa?　숙제를 했어요?
B : Chưa, tôi (vẫn) chưa làm bài tập.
아니요, 아직 안 했어요.

*làm bài tập 숙제하다

> **Tip**
>
> **혼동하기 쉬운 문법**
> 앞에서 배운 có... không 의문문과 đã ...chưa 의문문을 잘 구별해야 합니다.
>
> | 주어 + có + 동사/형용사 + không? | 주어 + đã + 동사/형용사 + chưa? |
> |---|---|
> | (동사/형용사) 합니까? | (동사/형용사) 했습니까? |
> | Anh có học tiếng Việt không?
당신은 베트남어를 공부합니까? | Anh đã xem phim Hàn Quốc chưa?
한국영화를 보았나요? |

AZ 기본문형 Mẫu câu cơ bản

1 나이에 대해서 묻고 답하기

> (Năm nay) Anh/chị bao nhiêu tuổi?   올해 몇 살이에요?

Năm nay	em	mấy tuổi?
(Năm nay)	Em	5 tuổi
Năm nay	anh	bao nhiêu tuổi?
(Năm nay)	Tôi	32 tuổi

*10살 미만 아이의 나이를 물을 때는 **mấy**를, 10살 이상인 경우는 **bao nhiêu**를 사용해 나이를 묻습니다.

2 비교급을 이용하여 나이 표현하기

베트남어에서 나이를 비교하는 표현은 베트남어로 나이를 비교할때는 '주어 1은 주어 2와 나이가 같다' 또는 '주어 1은 주어 2보다 나이가 많다'의 2가지 방법으로 표현합니다.

❶ bằng tuổi 나이가 같은

상대방과 나와 나이가 같을 때 단어 'bằng (같은)'을 사용합니다.

> 주어 1 + bằng tuổi + 주어 2

Tôi		anh ấy	나는 그와 동갑입니다.
Chị Soojin	bằng tuổi	chị Nga	수진은 응아와 동갑이다.

❷ hơn ~보다 많은

주어 1이 주어 2 보다 나이가 많을 때 쓰는 표현으로 'hơn (~보다 많은)'을 사용합니다.

> 주어 1 + hơn + 주어 2 + tuổi

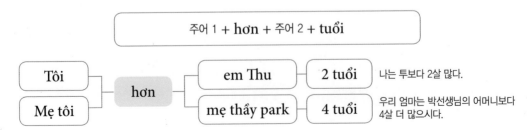

Tôi		em Thu	2 tuổi	나는 투보다 2살 많다.
Mẹ tôi	hơn	mẹ thầy park	4 tuổi	우리 엄마는 박선생님의 어머니보다 4살 더 많으시다.

③ 결혼 유무 물어보기

❶ 질문

결혼 여부를 물어보는 질문은 5가지 방법으로 표현할 수 있습니다.

주어 + đã + kết hôn + chưa?
주어 + đã + lập gia đình+ chưa?
주어 + đã + có gia đình + chưa?   당신 결혼하셨어요?
주어 + đã + lấy vợ + chưa? (주어가 남자일 경우)
주어 + đã + lấy chồng + chưa? (주어가 여자일 경우)

❷ 답변

(1) 결혼을 했을 경우,

> Rồi. Tôi đã + 결혼하다 + rồi

Rồi. Tôi đã kết hôn rồi.
Rồi. Tôi đã lập gia đình rồi.
Rồi. Tôi đã có gia đình rồi.   했어요. 이미 결혼 했습니다.
Rồi. Tôi đã lấy vợ rồi.
Rồi. Tôi đã lấy chồng rồi.

(2) 결혼을 아직 안 했을 경우,

> Chưa, tôi chưa + 결혼하다

Chưa, tôi chưa kết hôn.
Chưa, tôi chưa lập gia đình.
Chưa, tôi chưa có gia đình.   아직이요. 아직 결혼 안 했습니다.
Chưa, tôi chưa lấy vợ (lấy chồng).

+

Chưa, tôi còn độc thân.   아니에요, 저는 아직 독신이에요.

연습 Luyện tập

1 다음의 그림을 보고 대화를 완성하세요.

보기

A: Lớp anh có mấy học sinh?

B: <u>Lớp tôi có 3 học sinh.</u>

❶

A: Anh ấy bao nhiêu tuổi? (35 tuổi)

B: _____.

❷

A: Lớp tiếng Việt có bao nhiêu học sinh?

B: _____.

❸

A: Số điện thoại bàn là bao nhiêu?

B: _____.

※số điện thoại bàn 유선 전화번호

❹

A: Văn phòng có mấy người?

B: _____.

⑤

A: Em ấy bao nhiêu tuổi? (12 tuổi)

B: _____ .

2 아래 내용을 듣고 빈칸을 채워 주세요.   Track 31

❶ A : Chào Anna.

    B : Chào anh Hùng, _____ ?

❷ A : Năm nay tôi 23 tuổi, _____ ?

    B : Năm nay tôi _____ .

❸ A : Anh Hùng ơi, số điện thoại của anh là bao nhiêu?

    B : _____ .

※số điện thoại 전화번호

❹ A : Lớp học của anh là phòng bao nhiêu?

    B : Phòng _____ .

3 올바른 질문을 만들어 보세요.

❶ _____ ?

Chưa, anh ấy vẫn chưa ăn sáng.

❷ _____ ?

Vâng Tôi đã uống cà phê rồi.

❸ _____ ?

Vâng Tôi đã thuê phòng ở khách sạn rồi.

❹ _____ ?

Chưa, mẹ vẫn chưa uống thuốc.

4 그림과 내용을 읽고 지시문에 맞게 답을 해보세요.

Đây là Anna, sinh viên người Pháp. Cô ấy học tiếng Việt ở trường đại học Ngoại ngữ. Lớp Anna có 6 sinh viên, 1 người Anh, 2 người Nhật, 2 người Hàn Quốc và cô ấy. Lớp Anna không có người Nga. Họ có 2 giáo viên: Cô Hà và thầy Hùng. Cô Hà năm nay 28 tuổi, còn thầy Hùng 30 tuổi.

❶ 내용을 읽고 맞으면 (Đ), 틀리면 (S) 를 표시하세요.

(1) Anna là người Mỹ. (Đ , S)

(2) Lớp Anna có một sinh viên người Nga. (Đ , S)

(3) Lớp cô ấy có 2 cô giáo. (Đ , S)

(4) Năm nay Anna 28 tuổi. (Đ , S)

❷ 보기에 제시된 마지막 질문에 답하세요.

(1) Lớp Anna có hai sinh viên người Hàn Quốc, phải không?

_____ .

(2) Thầy giáo của Anna năm nay bao nhiêu tuổi?

_____ .

The 알아보기

🌳 소개 하기(Xin Giới Thiệu)

Xin tự giới thiệu. Tôi tên là Tuấn. Rất vui được gặp các bạn. Tôi là người Việt Nam. Năm nay tôi 21 tuổi và tôi là sinh viên năm thứ hai. Tôi học ở trường Đại học Seoul. Còn đây là bạn tôi. Anh ấy tên là Minsoo. Anh ấy là người Hàn Quốc. Năm nay anh ấy 25 tuổi. Anh ấy hơn tôi 4 tuổi. Anh ấy cũng là sinh viên ở trường Đại học Seoul.

제 소개를 하겠습니다. 제 이름은 뚜언입니다. 만나서 반갑습니다 여러분.
저는 베트남 사람입니다. 금년에 21살이고 대학교 2학년입니다. 저는 서울대학교에서 공부합니다. 그리고 여기는 제 친구입니다. 그의 이름은 민수입니다. 그는 한국사람입니다. 금년에 그는 25살입니다. 그는 저보다 4살 이 더 많습니다. 그도 역시 서울대학교 학생입니다.

베트남에서는 초등학생~고등학생까지 học sinh(학생) 이라는 단어를 쓰고 대학생은 특별히 sinh viên(대학생) 이라는 단어를 사용한다. 18살부터 대학교에 입학할 수 있으며 4년제입니다.

Trường đại học 대학교	sinh viên	1학년	năm thứ nhất
		2학년	năm thứ hai
		3학년	năm thứ ba
		4학년	năm thứ tư

구분	나이	학년
초등학교 Trường tiểu học	6살부터 11살까지	Lớp 1 Lớp 2 Lớp 3 Lớp 4 Lớp 5
중학교 Trường trung học cơ sở	11살부터 15살까지	Lớp 6 Lớp 7 Lớp 8 Lớp 9
고등학교 Trường phổ thông trung học	15살부터 18살까지	Lớp 10 Lớp 11 Lớp 12

Từ mới 새단어

tự	스스로	đại học	대학
năm thứ hai	2학년	hơn	~보다
trường	학교		

MEMO

Bài **06** 과

Đây là cái gì?
이것은 무엇입니까?

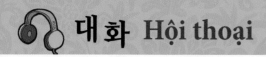
Track 32

다음 대화를 들어보세요.

Park	Chị Hòa ơi, đây là cái gì?
Hòa	Đây là quyển sách tiếng Anh của tôi.
Park	Thế kia là cái gì?
Hòa	Kia là cái máy vi tính.
Park	Cái máy vi tính kia có phải là của thầy Hùng không?
Hòa	Không, kia không phải là cái máy tính của thầy Hùng.
	Kia là máy vi tính của Anna.

박 화씨, 이것은 뭐에요?

화 이것은 제 영어책이에요.

박 그럼 저것은 뭐에요?

화 저것은 컴퓨터에요.

박 저 컴퓨터는 훙선생님의 것이에요?

화 아니요. 훙선생님의 컴퓨터는 아니에요.

   저 컴퓨터는 안나의 것이에요.

Từ mới 새 단어

ơi	~야	sách	책
đây	이것	kia	저것
cái gì	무엇	máy vi tính	컴퓨터
quyển	권	của	~의
thế	그러면		

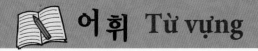

어휘 Từ vựng

1 단어
Track 34

❶ Đồ vật 물건

bút	펜	báo	신문
đồng hồ	시계	tạp chí	잡지
tủ	(옷)장	giấy	종이
ô tô	자동차	tiền	돈
xe máy	오토바이	ảnh	사진
xe đạp	자전거	thư	편지
bàn	책상	tranh	그림
ghế	의자	vở	공책
va li	여행가방	từ điển	사전
bản đồ	지도		

❷ Động vật 동물

mèo	고양이	chuột	쥐
gà	닭	bò	소
chó	개 / 강아지	cá	물고기
lợn	돼지	mực	오징어
chim	새	tôm	새우

❸ Hoa quả 과일

táo	사과	dưa hấu	수박
cam	오렌지	nho	포도
chanh	레몬	dưa lê	참외
dừa	코코넛	lê	배
dứa	파인애플	cà chua	토마토

❷ Cái , Con , Chiếc ... 종별사

❶ Các loại loại từ 종별사의 종류

한 개, 한 권, 한 마리 등등 한국어에도 "종별사"가 있듯이 베트남어에도 존재합니다. 각각의 단어 특징에 따라 종별사의 쓰임이 달라집니다.

동물	con	생명이 있는 명사 앞. 동물, 사람 포함	mèo 고양이, gà 닭, chó 강아지, lợn 돼지, chim 새, bò 소, cá 물고기, chuột 쥐 …
사물/물건	cái	무생물 명사 앞. 대부분의 사물이 "cái"	bút 펜, đồng hồ 시계, tủ lạnh 냉장고, xe máy 오토바이, ghế 의자, điện thoại 핸드폰 …
	(북) quả (남) trái	과일 혹은 동그란 모양 앞에 사용	cam 오렌지, chanh 레몬, dưa hấu 수박, táo 사과, nho 포도 …
	quyển	책, 사전 등 "권"을 표현 = "cuốn"	sách 책, vở 공책, từ điển 사전 …
	bức	사각형의 물체인 명사 앞	thư 편지, tranh 그림, ảnh 사진 …
	tờ	한 장 두 장, 장으로 새어질 수 있는 명사 앞	giấy 종이, tiền 돈, báo 신문 …

❸ 종별사 사용법 Track 35

❶ 숫자와 결합하는 경우 :

숫자가 앞에 쓰일 때 명사 앞에 종별사를 반드시 사용해야 합니다.

주어		종별사	명사	해석
1	+	quyển	sách	책 한권
2		cái	bút	펜 두개

❷ 수량 묻는 의문사와 결합 할 경우 :

Mấy / bao nhiêu는 수량을 묻는 대표적인 의문사입니다. 이때 종별사를 사용합니다.

수량의문사		종별사	명사	해석
Bao nhiêu	+	quả	táo?	사과 몇 개?
Mấy		con	gà?	닭 몇 마리?
Mấy		quyển	sách?	책 몇 권?

＊bao nhiêu 얼마나 (10이상), mấy 몇 (10이하)

④ 지시형용사 또는 소유격 조사와 결합하는 경우

여러 대상 중에 언급하고 싶은 대상을 확정하는 경우 종별사를 사용합니다.

종별사		명사	지시형용사	해석
Con	+	mèo	này	이 고양이
Bức		ảnh	đó	그 사진

그러나 소유격조사와 결합할 때 종별사 생략이 가능합니다.

종별사		명사	소유격조사	해석
Quyển	+	sách	của tôi	나의 책
Cái		điện thoại	của Anna	안나의 핸드폰

Quyển sách của tôi.　　➡　　Sách của tôi.

Cái điện thoại của Anna.　　➡　　Điện thoại của Anna.

1 đây , đó , kia 지시대명사

❶ 지시대명사

문장 맨 앞에서 독립적으로 사용되며 대부분 là 동사와 결합하여 đây là, đó là, kia là (이것은/이분은, 그것은/그분은, 저것은/저분은) 이라고 표현됩니다.

> ※ 사물과 사람 모두를 가리킬 때 쓰입니다.

	đây	가리키는 대상이 바로 앞에 있을 때 사용합니다.
	đấy / đó	1) 말하는 사람과 멀리 떨어져 있지만 듣는 사람의 바로 옆에 있는 사물을 가리킵니다. 2) 대화에 참여하지 않는 제3자를 가리키거나 앞에서 이미 언급하거나 듣는 사람이 생각하고 있는 대상을 가리킵니다.
	kia	말하는 사람과 듣는 사람으로부터 멀리 있는 대상을 가리킵니다.

❷ 지시형용사

명사와 결합하여 명사 뒤에서 명사를 꾸며주며 명사의 성격을 나타내는 종별사와 결합합니다.

지시대명사		종별사 + 명사		지시형용사
đây		종별사 + 명사		này
đó, đấy	⇒	종별사 + 명사	+	đó, đấy, ấy
kia		종별사 + 명사		kia

Đây là quyển sách của tôi. ➡ Quyển sách này là của tôi.
이것은 나의 책입니다.   ➡ 이책은 나의 것입니다.

2 *cái gì?* 무엇?

알 수 없는 물건에 대해 물을 때 지시대명사와 결합해 그 물건이 무엇인지 물어 보는 표현이 됩니다.

지시대명사 + *là* + *cái gì* ?

Đây			이것은 무엇입니까?
Đó	*là*	*cái gì*	그것은 무엇입니까?
Kia			저것은 무엇입니까?

A : Đây là cái gì?　　　　　　　　　　A : 이 것은 무엇입니까?

B : Đây là cái bút.　　　　　　　　　　B : 이 것은 펜입니다.

A : Đây là cái gì?　　　　　　　　　　A : 이 것은 무엇입니까?

B : Đây là quyển sách tiếng Hàn Quốc.　　B : 이 것은 한국어 책입니다.

3 *có phải là* 명사 *không?*

2과에서 배운 *là*연결동사의 의문문에 해당하는 문형입니다. 이미 알고 있는 사실을 다시 확인할 때 사용하는 의문문입니다. 앞에 나오는 "*phải không*"의 부가의문문과 의미가 비슷합니다.

Có phải là 명사 không? = 주어 + là + 명사 + phải không?

(대답)　vâng /phải 네　　không / không phải 아니오

A : Anh có phải là giáo viên không?　　　　A : 당신은 강사 인가요?

B : Vâng, tôi là giáo viên.　　　　　　　　B : 네, 강사입니다.

A : Anh có phải là anh Park không?　　　　A : 당신은 박씨 인가요?

B : Không, tôi không phải là Park. Tôi là Peter.　B : 아니요, 박 아니에요. 피터에요.

A : Đây có phải là công ty Hà An không?　　A : 여기는 하안 회사 맞습니까?

B : Không, đây là công ty Mai Linh.　　　　B : 아니요, 마이린 회사입니다.

4 của ~의

소유격조사의 역할로 한국어의 "의"와 같은 의미가 있습니다. 한국어와 반대로 소유되는 물건, 사물 또는 사람은 앞에 나오고 소유하는 대상은 뒤에 위치합니다.

> A của B : A는 B의 것이다.

Công ty của chúng tôi	우리회사
Lớp của anh Park	박씨의 반
Con mèo của chị Linh	린씨의 고양이
Cái điện thoại của Anna	안나의 핸드폰
Cái bút của bạn Sam	삼씨의 펜
Học sinh của lớp tiếng Việt	베트남어반의 학생

> **Tip**
>
> 베트남어 문장에서 của 가 생략된 문장을 종종 볼 수 있습니다. 자신이 소유할 수 없는 (손으로 가질 수 없는 느낌) 없는 대상 (국가, 사람, 고향, 가족, 자기보다 더 큰 집단 등) 의 경우에 생략 가능합니다.
>
> | | |
> |---|---|
> | đất nước của tôi = đất nước tôi | 나의 나라 |
> | quê hương của tôi = quê hương tôi | 내 고향 |
> | bố mẹ của tôi = bố mẹ tôi | 나의 부모님 |
> | gia đình của tôi = gia đình tôi | 나의 가족 |
> | bạn của tôi = bạn tôi | 내 친구 |
> | công ty của tôi = công ty tôi | 내 회사 |

위 내용 보면 con mèo (고양이), cái điện thoại (핸드폰), cái bút (펜) 등의 경우, 사람이 손으로 가질 수 있는 동물 또는 물건을 지칭함으로 của 생략은 안 하는 편입니다.

Con mèo của tôi	(O)	➡	con mèo tôi	(X)
Cái bút của anh ấy	(O)	➡	cái bút anh ấy	(X)

1 지시대명사를 이용해 질문하기

Kia 저것

Đó 그것

Đây 이것

❶ A, B 둘다 가까운 사물을 가리킬 때

A: Đây là cái gì? 이것은 무엇입니까?
B: Đây là cái đồng hồ. 이것은 시계입니다.

❷ A는 멀고 B는 가까운 사물을 가리킬 때

A: Đó là cái gì? 그것은 무엇입니까?
B: Đây là quyển sách tiếng Việt. 이것은 베트남어 책입니다.

❸ A, B 둘다 먼 사물을 가리킬 때

A: Kia là cái gì? 저것은 무엇입니까?
B: Kia là quả cam. 저것은 오렌지입니다.

2 소유 묻기

어떤 물건이나 대상을 누가 소유하는지 물어보기 위해 쓰이는 표현입니다.

| 의존명사 + 명사 + 지시사 | có phải là của | 주어 | không? |

A : Cái bút này có phải là của anh không? 이 펜이 당신의 것인가요?
B : Vâng, cái bút này là của tôi. 네, 이 펜은 제 것이에요.

A : Cái điện thoại kia có phải là của thầy Hùng không?
저 핸드폰은 홍선생님의 것인가요?
B : Không, cái điện thoại kia không phải là của thầy Hùng.
Đó là (điện thoại) của cô Linh.
아니오, 저 핸드폰은 홍선생님의 것이 아니에요.
린선생님의 핸드폰이에요.

연습 Luyện tập

1 다음 그림에 맞는 의존명사를 사용하여 말하세요.

 보기

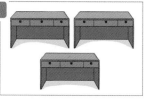

Ba cái bàn

①

자전거 5 대 _____

②

사진 2 개 _____

③

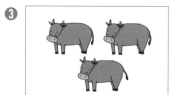

소 3 마리 _____

④

소설 1 권 _____

⑤

수박 4 개 _____

⑥

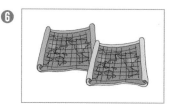

지도 2 장 _____

⑦

잡지 3 권 _____

⑧

신문 1 개 _____

⑨

파인애플 5 개 _____

⑩

강아지 3 마리 _____

2 아래 내용을 듣고 틀리면 (S), 맞으면 (Đ) 표시하세요. Track 36

① Chị Anna có 3 quyển sách.   (Đ , S)

② Kia là cái vali.   (Đ , S)

③ Đó là quả cam.   (Đ , S)

④ Đó là con mèo của anh Park.   (Đ , S)

⑤ Kia là con cá.   (Đ , S)

3 지시문에 맞게 답을 해보세요.

❶ 제시한 상황에 맞게 대화를 완성해 보세요.

(1) 상황극 1

A : Đây là cái gì?

B : Đây là _____ sách.

A : _____ có phải là của thầy Hùng không?

B : Không, _____.

(2) 상황극 2

A : Hòa có _____?

B : Tôi có 3 quyển. Còn anh Park?

A : Tôi không có _____.

(3) 상황극 3

A : Cô ấy có bao nhiêu quả táo?

B : _____ 5 _____.

❷ A와 B를 연결하여 자연스러운 문장을 만들어 보세요.

A : Đây là quả gì? •

A : Kia là thầy Hùng, phải không? •

A : Chị Lan có mấy cái đồng hồ? •

A : Cái ô kia có phải là của anh không? •

A : Đó là con gì? •

A : Tôi có 4 quả cam. •

• B : Không, kia là cái ô của Hòa.

• B : Chị Lan có 3 cái.

• B : Đó là con mèo.

• B : Đây là quả nho.

• B : Tôi cũng vậy.

• B : Không, kia là anh Peter.

The 알아보기

 ## 베트남어로 방향 가리키는 말

베트남어는 방향을 가리킬 때 여러 표현 있는데 다음의 단어들을 익혀 봅시다.

베트남어	한국어	지시대명사와 결합할 때		한국어
Đằng	쪽	+ { này / đó, đấy / kia	Đằng này / Đằng đó / đằng đấy / Đằng kia	이쪽 / 여기 / 그쪽 / 거기 / 저쪽 / 저기
Lối	길	+ { này / đó, đấy / kia	Lối này / Lối đó / lối đấy / Lối kia	이길 / 그길 / 저길
Hướng	쪽, 방향	+ { này / đó, đấy / kia	Hướng này / Hướng đó / hướng đấy / Hướng kia	이쪽 / 그쪽 / 저쪽
Phía	쪽, 방향	+ { này / đó, đấy / kia	Phía này / Phía đó / phía đấy / Phía kia	이쪽 / 그쪽 / 저쪽
Chỗ	자리, 곳	+ { này / đó, đấy / kia	Chỗ này / Chỗ đó / chỗ đấy / Chỗ kia	이자리 / 이곳 / 여기 / 그자리 / 그곳 / 거기 / 저자리 / 저곳 / 저기

Nhà ăn ở đâu? — Ở đằng kia.

식당 어디 있어요? 저기예요 / 저쪽에 있어요.

Mời anh đi lối này.

이길로 가세요.

Cô ấy đã đi về hướng kia. = Cô ấy đã đi về phía kia.

그녀는 저쪽으로 갔어요.

Ở chỗ đấy có quán cà phê không?

그곳에 커피숍 있어요?

MEMO

Bài **07** 과

Gia đình tôi có 5 người.

우리 가족은 5명입니다.

대화 Hội thoại

Track 37

다음 대화를 들어보세요.

Hòa	Anh Park, đây là ảnh gia đình của anh à?
Park	Vâng, đó là ảnh gia đình tôi.
Hòa	Gia đình anh có 5 người à?
Park	Vâng, gia đình tôi có 5 người : Bố, mẹ, anh trai, chị gái và tôi.
Hoà	Người này là ai?
Park	Người này là chị gái tôi.
Hòa	Chị gái anh đẹp và cao quá. Chị ấy bao nhiêu tuổi?
Park	Chị tôi năm nay 24 tuổi. Hòa có chị gái không?
Hòa	Không, tôi không có chị gái. Tôi chỉ có một anh trai.

화	박씨, 이 사진이 가족사진이에요?		

화　박씨, 이 사진이 가족사진이에요?

박　네, 그게 우리 가족사진 맞아요.

화　박씨 가족이 5명이에요?

박　네, 우리가족은 5명이에요. 아버지, 어머니, 형, 누나 그리고 저예요.

화　이 사람은 누구에요?

박　이 사람은 제 누나예요.

화　와, 누님이 키가 크고 너무 예쁘네요. 올해 몇 살이에요?

박　24살이에요. 화는 언니 있어요?

화　아니요, 저는 오빠 한 명만 있어요.

Từ mới 새단어

gia đình	가족	anh (trai)	형, 오빠
bố	아버지	chị (gái)	누나, 언니
mẹ	어머니	chỉ	…만 /단지~뿐인
bố mẹ	부모님	à	의문사의 일종

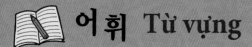

어휘 Từ vựng

1 가족관계도  Track 39

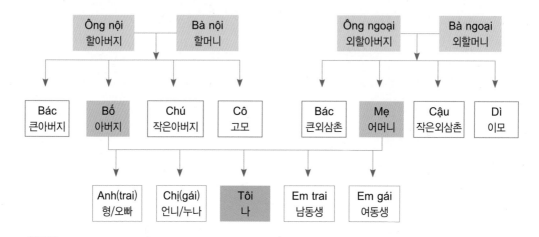

| Ông nội
할아버지 | Bà nội
할머니 | | Ông ngoại
외할아버지 | Bà ngoại
외할머니 |

| Bác
큰아버지 | Bố
아버지 | Chú
작은아버지 | Cô
고모 | Bác
큰외삼촌 | Mẹ
어머니 | Cậu
작은외삼촌 | Dì
이모 |

| Anh(trai)
형/오빠 | Chị(gái)
언니/누나 | Tôi
나 | Em trai
남동생 | Em gái
여동생 |

> **Tip**
>
> Trai 는 남자, gái는 여자를 뜻함으로 이를 염두해 두면 조금 더 쉽게 외울 수 있습니다.
>
> 형 : anh **trai**   누나 : chị **gái**   남동생 : em **trai**   여동생 : em **gái**
>
> 남자친구 : bạn **trai**   여자친구 : bạn **gái**   잘생긴(남) : đẹp **trai**   아름다운(여) : đẹp **gái**

2 꼭 알아야 할 필수 형용사 (2) Track 40

mới	새로운		cũ	오래된
nóng	더운		lạnh	추운
ít	적은		nhiều	많은
khỏe	건강한		yếu	연약한
hạnh phúc	행복한	≠	bất hạnh	불행한
tốt	좋은		xấu	나쁜
nông	얕은		sâu	깊은
rộng	넓은		hẹp	좁은
giỏi	우수한		kém	보다 적은/보다 못한

110   The 바른 베트남어

문법 및 표현 Biểu hiện và ngữ pháp

1 có... không 의문문

> có + 명사 + không ?

➡ 명사가 있습니까?

"Có + 명사 + không"은 소유의 의미로 언급되는 대상이 어떤 물건, 주체를 갖고 있는지 묻는 표현입니다. Có가 단독으로 동사로 쓰이면 "있다"라는 의미이며, không은 문장 끝에서 의문문을 만들어 주는 역할을 합니다. 즉, 'có +명사 + không?'는 '명사가 있습니까?'라고 해석합니다.

주어	có	명사	không?	해석
Anh	có	em gái	không?	당신 여동생 있어요 ?
Chị	có	sách tiếng Việt	không?	당신 베트남어 책 있어요?
Bạn	có	tiền Hàn Quốc	không?	당신 한국 돈 있어요?
Cô ấy	có	bạn trai	không?	그녀는 남자친구 있어요?

Tip

같은 문장구조인 (có..không)이라 해도 동사/형용사가 포함 된 문장인지 명사가 포함된 문장인지 살펴봐야 합니다.

주어 + có + 동사/형용사 + không?	주어 + có + 명사 + không?
동사 / 형용사 합니까?	명사가 있습니까?
Anh có học tiếng Việt không? 당신은 베트남어를 공부 합니까? Anh có vui không? 당신은 기쁩니까?	Anh có sách tiếng Việt không? 베트남어 책 있습니까? Anh có bạn người Hàn Quốc không? 당신은 한국인 친구가 있습니까?

2 à 의문사

"Phải không"과 같은 의미로 어떤 일에 대해 의심하거나 이미 아는 사실을 다시 확인하고 싶을 때 쓰이는 종결어미 입니다. 대화 상대와의 관계에 따라 쓰임이 달라집니다.

❶ 친구또는 아랫사람에게 쓰는 경우 : à

Hôm nay anh gặp Annna à?	오늘 안나씨를 만났어요? (오늘 안나씨를 만났죠?)
Bạn là học sinh à?	학생이에요? (학생 맞죠?)
Anh thích cà phê à?	커피를 좋아해요? (커피를 좋아하나 봐요?)

❷ 존중하는 윗 사람에게 쓰는 경우 : ạ

Ngày mai chúng ta nghỉ ạ?	내일 쉬시나요?
Chị là chị Yến ạ?	당신은 이엔씨 맞으세요?

대답

공통으로 phải / vâng (네), không phải (아니오)를 사용합니다.

Em thích anh ấy à? = Em thích anh ấy phải không?

Dạ vâng / phải, em thích anh ấy. 혹은 Dạ không phải, em không thích anh ấy.

3 **và** 그리고

두 가지 이상의 행동 또는 사실을 대등하게 연결하는 어미이며 명사, 동사와 형용사 모두 연결 가능합니다.

> 형용사 và 형용사, 동사 và 동사, 명사 và 명사

Lớp học của chúng tôi to và sáng.	우리교실은 크고 밝아요.
Cô ấy cao và đẹp.	그 여자는 키가 크고 예뻐요.
Công ty anh to và mới quá!	당신의 회사는 너무 새롭고 크네요!
Tôi và Lan học ở trường đại học Hà Nội.	저와 란은 하노이대학교에서 공부해요.
Peter và Anna làm việc ở công ty.	피터와 안나가 회사에서 일해요.
Anh Park gặp bạn và ăn cơm ở nhà hàng.	박씨는 식당에서 친구를 만나고 식사해요.

★주의 많은 학습자들이 **và**와 **còn**을 혼동합니다. 둘 다 '그리고'라고 해석이 되지만 **và**는 동등한 두 대상을 이어줄 때, **còn**은 화제를 전환할 때에 사용합니다.

Tôi là người Hàn Quốc còn anh ấy là người Việt Nam.

나는 한국 사람이다 그리고 그는 베트남 사람이다.

4 **ai** 누구

문장 맨 앞과 맨 끝에서 "누구"를 표현하는 의문사로 쓰입니다. (의문사 who)

Ai là Peter?	피터는 누구예요?
Kia là ai?	저 사람이 누구예요?
Cái máy vi tính này là của ai?	이 컴퓨터는 누구의 것이에요?

5 quá 매우

감탄의 의미로 어떤 상태가 보통수준을 넘는 것을 뜻하며 "매우, 너무"라고 해석됩니다. 주로 감탄의 성질을 나타내는 문장에 사용됩니다. 동사 / 형용사의 앞이나 뒤에 사용하며 위치에 따라 해석이 달라집니다.

> 동사 / 형용사 + quá

➡ 매우 동사/형용사 하다

주어	형용사/동사	quá!	해석
Chị ấy	đẹp	quá!	그 여자는 너무 예쁘네요!
Công ty anh	to	quá!	당신의 회사는 정말 크네요!
Tôi	vui	quá!	저는 기분이 너무 좋아요!
Phòng học	sáng	quá!	교실이 너무 밝아요!

> quá + 동사 / 형용사

➡ 과한, 너무, 정도가 너무 지나친 + 동사/형용사 하다.

주어	quá!	형용사/동사	해석
Chị ấy	quá!	đẹp!	그녀는 너무 예쁘네요!
Cái áo này	quá!	đắt!	이 옷은 정도가 지나치게 비싸!

(그 외에 정도를 나타내는 부사)

> rất / lắm

위의 정도를 나타내는 부사들은 "매우, 아주"라는 뜻을 가지고 있으며, 위치에 따라 쓰임을 달리합니다.

1. rất   rất + 동사/형용사
2. lắm   동사 형용사 + lắm

기본문형 Mẫu câu cơ bản

1 nói về gia đình 가족에 대해 말하기

> Gia đình (anh/chị) có mấy người?

➡ 당신의 가족은 + 있다 + 몇 명

| Gia đình (anh, chị, em) | có | mấy người? |

| Gia đình tôi | có | 4 người.
5 người. |

가족의 인원에 대해 묻는 표현입니다. 대답할 때 가족 구성원이 누가 있는지 말을 해도 무방합니다.

A : Chị Liên, gia đình chị có mấy người?　리엔씨, 가족이 몇 명이에요?
B : Gia đình tôi có 4 người.　　　　　　　우리 가족은 4명입니다.

A : Anh Park, gia đình anh có mấy người?　박씨, 가족이 몇 명이에요?
B : Gia đình tôi có 5 người.　　　　　　　우리 가족은 5명입니다.

② chỉ... thôi 단지~하다

> Chỉ + 명사 / 동사 / 형용사 + (thôi)

'오직, 다만'이라는 의미로 쓰이는 부사입니다. 뒤에 오는 'thôi'는 생략이 가능합니다.
기본문장과 비교해 보면서 좀 더 자세히 알아보겠습니다. (영어의 just와 의미 유사)

주어	chỉ	동사/형용사	thôi	해석
Tôi		thích Kim chi.		나는 김치를 좋아한다.
Tôi	chỉ	thích Kim chi	thôi.	나는 김치 "만" 좋아한다.
Bạn anh ấy		ăn món ăn Việt.		그의 친구는 베트남 음식을 먹는다.
Bạn anh ấy	chỉ	ăn món ăn Việt	thôi.	그의 친구는 베트남 음식 "만" 먹는다.

*thích 좋아하다, món ăn 음식

혹은

문장1	문장2				
	주어	chỉ	동사 / 형용사	thôi	해석
Cô ấy không thông minh.	Cô ấy	chỉ	đẹp	thôi.	그녀는 똑똑하지 않습니다. 예쁘기만 합니다.
Chiếc ti vi này không tốt.		chỉ	rẻ	thôi.	이 텔레비전은 안 좋아요. 싸기만 해요.

연습 Luyện tập

1 제시된 그림을 보고 질문에 답해보세요.

보기

A: Đây là cái gì?

B: Đây là quyển sách.

A: Quyển sách này thế nào?

B: Quyển sách này mới.

①

A: Đây là cái gì?

B: _____.

A: Quyển từ điển này thế nào?

B: _____.

②
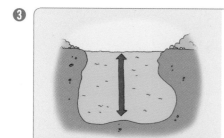

A: Đây là cái gì?

B: _____.

A: Gia đình anh Peter thế nào?

B: _____.

③

A: Đây là cái gì?

B: _____.

A: Cái hồ này thế nào?

B: _____.

④

A: Đây là đâu?

B: _____.

A: Lớp học này thế nào?

B: _____.

❺

A: Đây là ai?

B: _____ .

A: Ông thế nào?

B: _____ .

❻

A: Đây là ai?

B: _____ .

A: Cô ca sĩ ấy thế nào?

B: _____ .

❷ 지시문에 맞게 답을 해보세요.　　　　　　　　　　😊 Track 41

❶ 내용을 듣고 맞으면 (Đ), 틀리면 (S)를 표시하세요.

(1) Chị Anna có một em gái. 　　　　　　(Đ , S)

(2) Chị Anna có em trai. 　　　　　　　(Đ , S)

(3) Gia đình chị Anna có 5 người. 　　　(Đ , S)

❷ 들은 내용에 근거하여 질문에 답하세요.

(1) Chị Anna có anh trai không?

_____ .

(2) Chị Anna có mấy em trai?

_____ .

3 지시문에 맞게 답을 해보세요.

❶ 보기와 같이 빈칸을 채우세요.

> **보기**
>
> Ví dụ : Bố của mẹ gọi là <u>ông ngoại</u>.
>
> ＊gọi 부르다

(1) Em gái của bố gọi là _____ .

(2) Mẹ của bố gọi là _____ .

(3) Cậu là _____ .

(4) Bà ngoại là _____ .

(5) Ông nội là _____ .

(6) Bác là _____ .

(7) Em gái của mẹ gọi là _____ .

(8) Chú là _____ .

❷ 질문에 답하세요.

(1) Gia đình anh/chị có mấy người?

_____

(2) Anh/chị có em không? Anh chị có mấy người em?

_____ .

❸ 자신의 가족에 대해 쓰세요.

_____

_____

_____

_____

_____

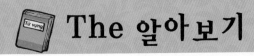

The 알아보기

 의문사와 친해지기

상대방과 대화할 때 기본이 되는 의문사?
영어의 의문사(what, where, when, who, how about) 처럼 베트남어에도 의문사가 있답니다.

> **Tip**
>
> **쉬운 의문문 답하기**
>
> 1. 문장 내에서 의문사를 찾아냅니다.
> 2. 의문사 부분만 자신의 의견으로 바꿔서 말하면 의문문 대답하기 완성!

자, 한번 자세히 알아볼까요?

❶ gì 무엇 (what)

항상 문장 끝에 오며 사물의 명칭, 속성에 대해 물을 때 쓰입니다.

Anh tên là gì?   이름이 뭐에요?
Tôi tên là MinSoo.   내 이름은 민수입니다.

Anh xem gì?   당신은 뭘 보세요?
Tôi xem phim.   나는 영화를 봅니다.

❷ đâu 어디 (where)

위치, 또는 목적지를 물을 때 쓰이며 문장 끝에 쓰이는 편입니다.

Anh đi đâu?   당신 어디가요?
Tôi đi bệnh viện.   나는 병원에 가요.

Anh học tiếng Việt ở đâu?   당신은 베트남어 어디서 배워요?
Tôi học tiếng Việt ở công ty.   나는 회사에서 베트남어를 배워요.

❸ Bao giờ / khi nào 언제 (when)

시기를 물어보는 의문사로 미래의 언제를 물을 때는 문장 맨 앞에, 과거의 언제를 물을 때는
문장 맨 뒤에 위치합니다.

Bao giờ anh đi Việt Nam?   언제 베트남에 가나요?
Ngày mai **tôi đi Việt Nam.**   내일 베트남에 가요.

Chị gặp anh ấy bao giờ?   당신 그를 언제 만났어요?

Tôi gặp anh ấy hôm qua.   나는 어제 그를 만났어요.

❹ ai 누구 (who)

누구, 누가 혹은 동사의 역할을 하는 대상을 물을 때 쓰이며 문장 맨 앞, 맨 뒤에 쓰입니다.

Ai là chị SooJin?   누가 수진이에요?

Tôi là SooJin.   제가 수진이에요.

Anh yêu ai?   누구를 사랑하나요?

Tôi yêu cô Trang.   나는 짱을 사랑해요.

❺ thế nào 어떻게 (how about)

어떤 현상, 특징, 성격에 대해 묻는 의문사로 "어떻게, 어떻니"라고 해석하며 문장 맨 끝에 사용합니다.

Tiếng Việt thế nào?   베트남어 어때요?

Tiếng Việt rất khó.   베트남어 매우 어려워요.

Món này ăn thế nào?   이 음식 어떻게 먹어요?

Món này ăn bằng đũa.   이 음식은 젓가락으로 먹어요.

❻ Tại sao 왜 (why)

원인을 묻는 의문사로 "왜"라고 해석하며 항상 문장 앞에 위치합니다.
대답에는 왜냐하면에 해당하는 vì / bởi vì를 사용합니다.

Tại sao anh học tiếng Việt?   당신은 왜 베트남어 배워요?

Vì (bởi vì) tôi muốn làm việc ở Việt Nam.   왜냐하면 베트남에서 일하고 싶어서요.

Tại sao anh đến trễ?   왜 늦게 왔어요?

Vì (bởi vì) tôi thức dậy trễ.   왜냐하면 늦게 일어났거든요.

MEMO

Bài 08과

Ôn tập 1

복습1

어휘와 문법 Từ vựng và ngữ pháp

---

1 다음 빈칸에 알맞은 답을 보기에서 골라 보세요.

> **보기**
>
> | cô ấy | chị ấy | phải không | tôi là Tuấn | có phải là |
> |---|---|---|---|---|
> | Giáo viên phải không | | cũng | bác sĩ | thư ký |

❶ Kia là chị Mary. _____ là bác sỹ.

❷ Anna là sinh viên. Peter _____ là sinh viên.

❸ Đây là cô Thu. _____ là cô giáo của tôi.

❹ Anh _____ anh Tuấn không? Vâng, _____ .

❺ Chị ấy là _____ ? Vâng, chị ấy là giáo viên.

❻ Xin lỗi, bà có phải là _____ không? Không, tôi là y tá.

❼ Chị là thư ký _____ ? Vâng, tôi là _____ .

---

2 같은 부류의 단어를 이어서 써보세요.

> **보기**
>
> Anh ấy là người Pháp / người Anh / người Hàn Quốc / người Nhật Bản …

❶ Chị ấy là giáo viên /

_____ .

❷ Ngôi nhà này rộng /

_____ .

❸ Chị ấy thích mèo /

_____ .

❹ Công ty anh Nam là công ty sản xuất /

_____ .

❸ 제시된 답변에 어울리는 올바른 질문을 만드세요.

❶ Gia đình tôi có 6 người.   ➡   Gia đình anh có mấy người?

❷ Tôi 25 tuổi.   ➡   _____ ?

❸ Chị Jang làm việc ở công ty điện tử. ➡ _____ ?

❹ Không, tôi là người Úc.   ➡   _____ ?

❺ Lớp học của tôi có 15 sinh viên.   ➡   _____ ?

❻ Không, tôi không có từ điển.   ➡   _____ ?

❼ Khoa Lịch sử có 6 giáo sư.   ➡   _____ ?

❽ Con mèo này đẹp và thông minh.   ➡   _____ ?

❾ Tôi chỉ có 1 anh trai thôi.   ➡   _____ ?

❿ Người học sinh đó là em trai tôi. ➡   _____ ?

1 잘 듣고 알맞은 성조를 쓰세요.   Track 42

❶ La ta _____   ❻ Tinh hinh _____

❷ Mêt moi _____   ❼ Thơi su _____

❸ Eo la _____   ❽ La cha _____

❹ Giơi thiêu _____   ❾ Đanh đach _____

❺ Môt minh _____   ❿ Cơi mơ _____

2 질문을 잘 듣고 적당한 대답을 고르세요.   Track 43

보기

A: Tên chị là gì?   B: _____.

① Tôi tên là Linh.   ③ Chị ấy tên là Linh.

② Tôi không phải là học sinh.   ④ Tôi là học sinh.

❶ _____ ?   ❸ _____ ?

① Tôi là Hà.   ① Chị Anna là người Pháp.

② Bà ấy tên là Hà.   ② Tôi là ca sĩ.

③ Tên tôi là Hà.   ③ Chị ấy là y tá.

④ Em ấy tên là Hà.   ④ Anh ấy là luật sư.

❷ _____ ?   ❹ _____ ?

① Tôi không phải là người Việt Nam.   ① Tôi làm nhà báo.

② Tôi là người Pháp.   ② Ông ấy là nhà báo.

③ Cô ấy là người Nhật Bản.   ③ Chị Lan là nhân viên.

④ Cô ấy không phải là người Việt Nam.   ④ Tôi làm ở báo Tuổi trẻ.

❺ _____ ?

① Bác sĩ làm việc ở bệnh viện.

② Anh Trung là bác sĩ.

③ Tôi không phải là bác sĩ.

④ Bác sĩ làm việc ở ngân hàng.

❻ _____ ?

① Vâng, tôi là nhà báo.

② Không, tôi mua ở hiệu sách.

③ Vâng, tôi mua ở bưu điện.

④ Không, tôi mua báo ở bưu điện.

❼ _____ ?

① Tôi không uống cà phê.

② Tôi thích uống trà.

③ Chị ấy thích uống trà.

④ Tôi uống cà phê.

❽ _____ ?

① Có 3 quyển.

② Có 3 bức.

③ Có 3 tấm.

④ Có 3 cái.

---

3 내용을 듣고 물음에 답하세요.　　　　　　　　　😊 Track 44-45

❶ ① Gia đình Linh có mấy người?

_____

② Linh có anh trai không?

_____

③ Mẹ Linh là bác sĩ phải không?

_____

④ Bố Linh bao nhiêu tuổi?

_____

⑤ Linh có yêu gia đình mình không?

_____

❷ ① Anh Park có điện thoại di động không?

_____

② Số di động của anh Park là bao nhiêu?

_____

③ Số di động của Hòa là bao nhiêu?

_____

④ Anh Peter có điện thoại di động không?

_____

※ số di động = số điện thoại di động 핸드폰 번호

1 보기에 제시된 단어들로 문장을 완성하세요.

> **보기**
>
> có, bao nhiêu, phải là, bức, không, trường học, cái, con, không, có

❶ Kia là _____ gà.

❷ Anh Tuấn là lái xe, không _____ công nhân.

❸ Phòng học _____ một tấm bản đồ Việt Nam.

❹ Đấy có phải là hồ Hoàn Kiếm _____ ?

❺ Cô Ngọc là giáo viên, cô ấy làm việc ở _____ .

❻ Trong phòng có 3 _____ tranh và 2 _____ giá sách.

❼ Số điện thoại của anh là _____ ?

❽ A : Anh _____ từ điển _____ ?

   B : Có, tôi có 2 quyển từ điển.

2 제시된 단어들로 문장을 만드세요.

❶ Cô Lee / tôi / có / không / số điện thoại / của

_____

❷ Anh / bố / giáo viên / là / phải không?

_____

❸ Chúng tôi / học sinh / lớp / của / mới / rất/ thân thiện / thông minh / và

_____

❹ Nổi tiếng / ở / công ty / làm việc / anh ấy / điện thoại / một

_____

❺ Chị Hà / là / cũng / người Việt Nam / là / chị Hoa / người Việt Nam

_____

3　내용을 읽고 질문을 답하세요.

Đây là anh Minh, nhân viên công ty vận tải An Dương. Năm nay anh ấy 24 tuổi. Anh ấy có bạn gái, tên là Lan. Lan cũng là nhân viên công ty. Cô ấy làm việc ở một công ty luật nổi tiếng. Anh Minh hiện đang sống một mình, còn Lan sống cùng anh trai. Anh trai cô ấy tên là Phong, 27 tuổi.

❶ Anh Minh làm việc ở công ty gì?

_____

❷ Lan là bạn gái anh Minh, phải không?

_____

❸ Lan làm việc ở đâu?

_____

❹ Anh trai của Lan năm nay bao nhiêu tuổi?

_____

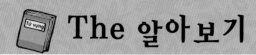

The 알아보기

🌴 베트남어 문장 부호 쓰는 법 1

다른 언어처럼 베트남도 다양한 문장 부호를 사용합니다. 문장 부호는 한 글자로 취급합니다. 따라서 한국어처럼 칸으로 표시할 경우, 한 칸에 하나씩 표시하는 것을 원칙으로 합니다. 그리고 아래의 보기 문장들과 같이 사용 후 한 칸을 띄우고 다음 단어를 씁니다.

| Tôi | là | bác | sỹ | . | | Anh | ấy | cũng | là | bác | sỹ | . |

(저는 의사입니다. 그 남자도 의사입니다.)

| Kia | là | Peter | , | | sinh | viên | người | Pháp | . |

(저 사람은 프랑스 학생, 피터입니다.)

❶ 마침표

사용법 : 문장의 끝에 위치하며 한 문장을 마친다는 의미를 가지고 있습니다. 서술이나 대화의 내용을 쓸 경우에도 각 문장이 끝날 때마다 마침표를 씁니다. 마침표가 있을 경우, 한 문장을 다 읽고 난 후 잠깐 쉬고 다음 문장으로 넘어갑니다.

예시

A : Anh là người nước nào?　　　　당신은 어느 나라 사람이에요?

B : Tôi là người Hàn Quốc.　　　　저는 한국사람이에요.

A : Năm nay anh bao nhiêu tuổi?　　올해 당신은 몇 살이에요?

B : Tôi 23 tuổi.　　　　　　　　　저는 23살이에요.

➡ Anh ấy tên là Park. Anh ấy là người Hàn Quốc. Năm nay anh ấy 23 tuổi.

　　그 이름은 박 입니다. 그는 한국사람 입니다. 올해 그는 23살 입니다.

Tip 마침표 후에 다음 문장을 쓸 경우, 한 칸을 띄운 후 맨 앞 글자를 대문자로 씁니다.

❷ 쉼표

사용법 : 한 문장 내에 있는 동등한 절들을 연결하거나, 의미를 보충할 수 있기 위해 이어지는 내용을 표현할 때 쓰입니다. 그리고 문장의 문법 구성들을 구별하는 목적으로 쓰이기도 합니다. 쉼표를 읽을 때는 마침표보다 더 짧게 쉬고 다음 절로 넘어갑니다.

예시

A : Đã lâu không gặp! Chị có khỏe không?　오래간만이에요! 건강하세요?

B : Cảm ơn chị, tôi vẫn khỏe.　　　　　　감사해요, 저는 여전히 건강해요.

　　➡ 안부 인사를 받은 후, 먼저 감사를 표하고 대답합니다.

Hôm nay, tôi và Lan cùng đến trường. 오늘 란과 함께 학교에 갑니다.

➡ Hôm nay는 시간의 의미를 갖는 부사이며 중심 문장의 내용과 구별할 수 있게 쉼표로 나누어집니다

＊cùng 와/과 같이

❸ 느낌표

사용법 : 감탄을 나타내거나 어떤 행동을 함께 하자고 할 경우 또는 명령을 나타내는 문장 끝에 쓰입니다.

예시		
Chị đẹp quá!	당신은 너무 예쁘네요!	감탄문
Công ty anh to quá!	당신의 회사는 정말 크네요!	
Hôm nay, trời lạnh quá!	오늘 날씨가 참 추워요!	
Đường trơn lắm! Hãy cẩn thận!	길이 너무 미끄러워요! 조심하세요!	감탄문
Hãy bảo vệ môi trường!	환경을 지킵시다!	

＊Hãy 명령문 또는 어떤 행동을 하는 뜻으로 쓰입니다

❹ 물음표

사용법 : 의문문 끝에 쓰입니다. 물음표를 읽을 때는 억양을 조금 올리며 잠깐 쉰 후 다음 문장으로 넘어 갑니다.

예시	
Anh tên là gì?	이름이 뭐예요?
Cô ấy là giáo viên, phải không?	그녀는 강사 맞지요?

MEMO

Bây giờ là mấy giờ rồi?

지금 몇 시예요?

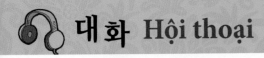

대화 Hội thoại

Track 46

다음 대화를 들어보세요.

Hòa	Anh Bình ơi, bây giờ là mấy giờ rồi?
Bình	7 giờ 15 phút rồi.
Hòa	Bố mẹ đang làm gì thế?
Bình	Bố đang đọc báo, còn mẹ đang nấu cơm.
Hòa	Hôm nay anh đi làm về sớm thế à?
Bình	Ừ, hôm nay công ty anh nghỉ sớm.
Bố	Bình ơi, chương trình thời sự bắt đầu lúc mấy giờ?
Hòa	Dạ, 8 giờ ạ.
Bố	Ăn cơm thôi, muộn rồi.
Hòa, Bình	Dạ vâng.

화	오빠, 지금 몇 시예요?		
빈	7시 15분이야.		
화	아빠랑 엄마는 뭐하고 계세요?		
빈	아빠는 신문을 읽으시고 엄마는 요리하고 계셔.		
화	오빠 오늘은 퇴근 일찍 했네요?		
빈	응, 오늘 회사에서 일이 일찍 끝났어.		
아버지	빈, 뉴스 몇 시에 시작하니?		
화	8시에 시작해요.		
아버지	밥 먹자, 늦었어.		
빈, 화	네.		

Từ mới 새 단어

bây giờ	지금	nấu cơm	밥을 하다/요리하다
giờ	시	muộn	늦은
phút	분	chương trình thời sự	뉴스
nghỉ	쉬다	ơi	~야 (상대방을 부를때)
hôm nay	오늘	Ừ	응 ('네'의 낮춤말)

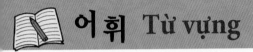 어휘 Từ vựng

1 하루의 때를 나타내는 단어　　　　　　　　　　　　😊 Track 48

buổi는 하루를 나누는 시간대의 단위 입니다.

오전	buổi sáng	1시부터 10시까지	저녁	buổi tối	19시부터 22시까지
정오	buổi trưa	11시부터 12시까지	밤	buổi đêm	23시부터 24시까지
오후	buổi chiều	13시부터 18시까지			

이 때, 시간과 결합을 하면 하루를 나누는 시간대의 단위인 'buổi'를 생략하고 시간을 표현합니다.

8 giờ sáng 아침 8시　　**1 giờ chiều** 오후 1시　　**9 giờ tối** 저녁 9시

2 시간 표현하기　　　　　　　　　　　　　　　　😊 Track 49

1 2 : 0 0	12 giờ / 12 giờ đúng	12시 정각
0 8 : 0 0	8 giờ / 8 giờ đúng	8시 정각
1 3 : 0 0	1 giờ chiều	오후 1시
1 0 : 0 0	10 giờ sáng	오전 10시
0 2 : 0 0	2 giờ sáng	새벽 2시
0 2 : 4 0	3 giờ kém 20 (phút)	3시 20분 전
0 4 : 3 0	4 giờ 30 phút = 4 giờ rưỡi	4시 30분 = 4시 반

*đúng 정각의, kém ~시 ~분 전, rưỡi 절반의/30분

❶ đúng 곧, 바로

시간 앞 혹은 뒤에 위치하여 "정각"을 나타냅니다.

> 8 giờ đúng 혹은 đúng 8giờ

❷ kém 부족한

정각이 되기 몇(~20) 분전 을 표현할 때 쓰입니다.

> _____ giờ kém _____ (phút)

1 giờ kém 10   1시 10분전
5 giờ kém 15   5시 15분전

❸ rưỡi 30분

기수로 ba mươi phút (30) 이라고도 하지만 절반을 나타내는 rưỡi로도 쓰입니다.

> 1 giờ 30 = 1 giờ rưỡi

❹ khoảng 대략

대략적인 시간을 말할 때는 khoảng (대략) 이라는 표현을 씁니다.

khoảng 8 giờ   대략 8시경

문법 및 표현 Biểu hiện và ngữ pháp

1 **đang** 현재 진행 시제 (영어의 시제 **ing**)

동사의 현재진행형을 표현하는 시제로 말하는 시점 또는 어떤 정확한 시점을 나타냅니다.

> đang + 동사

주어	đang	명사	해석
Tôi	đang	ăn cơm.	나는 밥을 먹고 있습니다.
Cô ấy	đang	đọc báo.	그녀는 신문을 읽고 있습니다.
Giáo viên	đang	giảng bài.	선생님은 강의를 하고 있습니다.

*giảng bài 강의하다

2 **rồi** 완료형

과거의 의미로 어떤 행동이 이미 발생됨을 나타냅니다.

Bây giờ là 2 giờ rồi. 지금 2시가 되었어요.   Tôi thích cô ấy rồi. 제가 그녀를 좋아하게 되었어요.
Anh ấy gặp giáo viên rồi. 그 친구가 선생님을 뵈었어요.

3 **thôi** 함께 하자

Thôi는 문장 끝에서 어떤 행동을 함께 하자는 뜻을 나타냅니다.

Đi thôi. 가자.   Chúng ta bắt đầu thôi. 시작합시다.
Buổi họp kết thúc rồi, đi về thôi. 회의가 끝났네요, 집에 갑시다.

4 **đi...về** ~하고 돌아오다

> đi + 동사 + về

앞과에서 đi + 동사 (동사를 목적으로 가다) 라는 표현을 배웠습니다. 뒤에 (về)돌아오다 를 결합시켜 '동사 하고 돌아오다'라는 표현을 만들 수 있습니다.

Đi + 동사	Đi + 동사 + về
đi học 공부하러가다 (학교가다)	đi học về 학교갔다 돌아오다
đi chơi 놀러 가다	đi chơi về 놀다 돌아오다
đi làm 일하러 가다	đi làm về 일하고 돌아오다

138   The 바른 베트남어

AZ 기본문형 Mẫu câu cơ bản

1 지금 몇 시예요?

시간에 관련 묻는 문형으로 "지금 몇 시예요?"라는 뜻을 나타냅니다. 가까운 관계 또는 아랫 사람에게 질문하는 경우 짧은 문형으로 "Mấy giờ rồi?" 표현을 써도 무방합니다.

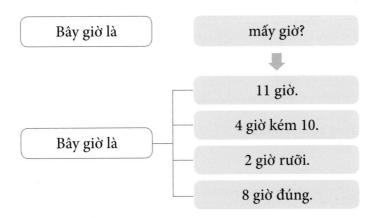

Bây giờ là	mấy giờ?

Bây giờ là	11 giờ.
	4 giờ kém 10.
	2 giờ rưỡi.
	8 giờ đúng.

A : Bây giờ là mấy giờ?　　지금 몇 시예요?
B : 8 giờ 20 phút.　　　　8시 20분이에요.

A : Mấy giờ rồi?　　　　지금 몇 시예요?
B : 10 giờ đêm rồi.　　　밤 10시요.

자연스러운 대화에서 시간을 표현할 때 "phút"을 생략하기도 합니다.

2 지금 뭐해요?

(Anh/chị…) đang làm gì?

정확한 시점 또는 말하는 시점에 무슨 행동을 하고 있는지 묻는 표현이다.

A : Anh đang làm gì?　　　　　　뭐하고 있어요?
B : Tôi đang làm việc.　　　　　일하고 있어요.

A : Bố đang làm gì?　　　　　　　아버님 뭐하고 계세요?
B : Bố đang đọc sách ở phòng ngủ.　침실에서 책을 읽고 계세요.

A̲z̲ 기본문형 Mẫu câu cơ bản

> **Tip**
>
> Anh làm gì ? (= Anh làm nghề gì?)　　　　Anh đang làm gì ?
>
> 직업을 묻는 표현　　　　　　　　　　　　　　　　　현재진행시제인 đang이 있으므로 현재의 행동을 물음

가끔 현재에 발생하는 의미를 더 강조하기 위해 문장 끝에 "thế" 또는 "đấy"를 붙일 수 있습니다.
đấy, đó, vậy는 문장 끝에 붙는 조사로 진행되고 있는 행동에 대한 강조의 의미로 사용하며 뜻이 없습니다.

A : Chị đang làm gì đấy?　　　　　　언니, 뭐하고 있어요?

B : Tôi đang nấu cơm.　　　　　　　밥을 하고있어요.

B : Ông ấy đang gọi điện thoại.　　　전화하고 있어요.

③ 몇 시에 동사해요?

문장끝에 lúc mấy giờ를 사용해 '몇 시에 동사합니까?'라는 표현을 만들수 있습니다.

주어	+		+	lúc mấy giờ?	
		thức dậy			몇 시에 일어납니까?
		ăn sáng			몇 시에 아침먹습니까?
		đi làm / đi học			몇 시에 일하러 가나요? / 학교 가나요?
		đến công ty / đến trường			몇 시에 회사 도착해요? / 학교 도착해요?
		ăn trưa			몇 시에 점심 먹어요?
		về nhà			몇 시에 집에 가세요?

lúc는 시간 앞에 쓰이는 전치사 입니다.

A : Phim bắt đầu lúc mấy giờ?　　　영화가 몇 시에 시작하죠?

B : Phim bắt đầu lúc 3 giờ chiều.　오후 3시에 시작해요.

시간에 관한 질문을 할 때, 문장 끝에서 시간을 물을 때에는 반드시 전치사 "lúc"을 써야 합니다. 그러나 문장 앞에서 시간을 물을 때에는 전치사 "lúc"을 생략하여 시간을 묻습니다.

A : Mấy giờ chị đi làm?　　　　　　몇 시에 출근하세요?

　　(= Chị đi làm lúc mấy giờ?)

B : Tôi đi làm lúc 9 giờ sáng.　　아침 9시에 출근해요.

Tip

학교에 가다: đi trường (X)

'학교에 가다'라는 문장을 작문할 때 보통 **đi trường**이라고 생각하기 쉽지만 Đi học = Đến trường = Đi đến trường 라고 표현해야 합니다.

회사에 가다: đi công ty (X)

학교와 마찬가지로 '회사에 가다'라는 문장을 Đi làm = Đến công ty = Đi đến công ty로 표현합니다.

연습 Luyện tập

1 그림을 보고 대화를 완성해 보세요.

A : Ông ơi. Mấy giờ rồi ạ?

B : 3 giờ 5 phút rồi.

❶

A: Mấy giờ rồi nhỉ?

B: _____.

❷

A: Cô giáo ơi, mấy giờ rồi ạ?

B: _____.

❸

A: Peter ơi, mấy giờ rồi?

B: _____.

❹

A: Mẹ ơi, mấy giờ rồi ạ?

B: _____.

❺

A: Anh ơi, mấy giờ rồi ạ?

B: _____ .

❻

A: Bố ơi, mấy giờ rồi ạ?

B: _____ .

2 내용을 잘 듣고 질문을 답하세요. Track 50

❶ Bây giờ là mấy giờ?

_____

❷ Hôm nay chị Anna có đến trường không?

_____

❸ Anh Peter có tiết học lúc mấy giờ?

_____

❹ Mấy giờ chị Anna bắt đầu họp?

_____

＊họp 회의

3 지시문에 맞게 답을 해보세요.

❶ 올바른 질문을 만들어 보세요.

(1) _____?   (3) _____?

Tôi ăn trưa lúc 12 giờ.   1 giờ đúng.

(2) _____?   (4) _____?

Lúc 10 giờ sáng, họ đang làm bài tập.   Tôi đang gọi điện thoại cho bạn.

❷ 내용을 읽고 맞으면 (Đ), 틀리면 (S)를 표시하세요.

Chợ Đồng Xuân rất nổi tiếng ở Hà Nội. Ở đó, có nhiều hàng hóa, quần áo và đồ dùng gia đình. Hòa đang đi chợ. Hòa thích mua cá, thịt bò và rau ở chợ. Thịt bò ở đây ngon và rẻ. Ở siêu thị cũng có nhiều hàng hóa nhưng đắt và không tươi. Hôm nay anh Park cũng đi chợ với Hòa. Anh ấy rất thích chợ Việt Nam. Anh ấy nói chợ Việt Nam rất thú vị và đa dạng. Anh ấy cũng thích ăn các món ăn truyền thống của Việt Nam ở đó.

(1) Chợ Đồng Xuân nổi tiếng và nhiều hàng hóa.　　　(Đ , S)

(2) Hòa thích đi siêu thị.　　　(Đ , S)

(3) Thịt bò ở siêu thị ngon và rẻ.　　　(Đ , S)

(4) Anh Park rất thích đi chợ Việt Nam.　　　(Đ , S)

(5) Anh Park thích ăn món ăn truyền thống ở chợ.　　　(Đ , S)

Từ mới 새단어

quần áo	옷	tươi	신선하다
đồ dùng gia đình	가구	đa dạng	다양하다
rau	야채	truyền thống	전통
cá	생선	với	랑

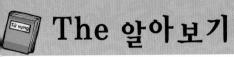 

The 알아보기

 베트남인의 시간문화

Giờ cao su

베트남에 거주하는 한인들이 손꼽는 베트남인의 특징 중 하나는 시간관념이 다소 부족하다는 점입니다. 과거 서양에 비해 시간개념이 부족한 한국인을 일컫는 "코리안 타임"이라는 단어가 있었습니다. 베트남 역시 시간 약속을 잘 지키지 않는 습관을 일컫는 재미있는 단어가 있습니다.

'giờ cao su'라는 단어인데 'giờ = 시간', 'cao su = 고무 즉 고무줄 시간'이라고 번역할 수 있습니다. 이 단어는 베트남 사람들 사이에서 약속시간에 늦을 경우 핀잔을 주는 상황에 쓰인다고 합니다.

베트남 사람들에게 이러한 습관이 생긴 첫번째 이유는 나라와 지리적 특성 이라고 보고있습니다.

대부분 열대지방에 사는 사람들이 시간관념이 희박하다고 알려져 있습니다. 베트남 사람들의 이러한 느긋함 은 따뜻한 기후와 함께 풍부한 열매와 곡식이 나는 지리적 특징 때문이라고도 합니다.

두번째 이유는 시간에 대한 관념입니다.

서양과 한국에서는 시간을 하나의 물질과 같이 확실성 있는 실체라고 파악하여 "시간은 금이다"라는 속담처 럼 절약하려는 성향이 있습니다. 반면 베트남인은 시간을 무한한 것으로 느껴 여유로운 삶을 산다고 합니다. 이러한 이유로 많은 사람들은 베트남인과의 개인적인 관계나 비즈니스에서 여유를 가지고 임하라고 귀뜸합 니다.

그러나, 최근 베트남에서는 "giờ cao su"를 하나의 "병"으로 생각하여 사람들의 의식을 바꾸기 위한 노력들 이 있습니다.

과거에 시간관념이 부족했던 한국처럼 베트남도 산업이 점점 발전하면서 언젠가는 자연스럽게 사라질 습관 일 것입니다. 따라서 베트남들과 소통할 때 한국인과 다른 특성을 지닌 베트남인을 이해한다면 베트남인과 좋은 관계를 유지하는데 도움이 될 것입니다.

MEMO

Hôm nay là ngày bao nhiêu?

오늘 몇 일이에요?

Track 51

다음 대화를 들어보세요.

Peter	Chị Anna ơi, hôm nay là ngày bao nhiêu?
Anna	Hôm nay là ngày 20 tháng 3.
Peter	Bao giờ chúng ta sẽ thi cuối kỳ?
Anna	Thứ 2 tuần sau, ngày 24 tháng 3.
Peter	Ồ nhanh quá, chị đã ôn tập được nhiều chưa?
Anna	Chưa, dạo này tôi có nhiều việc quá.
Peter	Cuối tuần này tôi sẽ đi thư viện, chị có muốn đi với tôi không?
Anna	Được chứ. Khi nào anh đi?
Peter	Sáng thứ 7, khoảng 10 giờ.
	Tôi sẽ học bài từ 10 giờ đến khoảng 8 giờ tối.
Anna	Tốt quá, tôi sẽ đi cùng anh.

피터	안나씨, 오늘 며칠 이죠?
안나	오늘은 3월 20일이에요.
피터	우리 기말고사는 언제 보나요?
안나	다음주 월요일, 3월 24일이에요.
피터	시간 빠르네요. 복습 많이 했어요?
안나	아니요, 요즘 일이 너무 많아요.
피터	이번 주말에 도서관 갈 거예요. 같이 갈래요?
안나	그러면 좋죠. 언제 가는데요?
피터	토요일 오전 10시쯤 갈 거예요.
	10시부터 저녁 8시경까지 공부 할 거예요.
안나	좋아요, 같이 가요.

Từ mới 새단어

thi cuối kỳ	기말고사	muốn	원하다
thư viện	도서관	học bài = học	공부하다
với	~와함께	nhanh	빠른
cùng	같이	khi nào	언제 = bao giờ

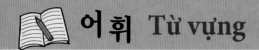

어휘 Từ vựng

Ngày 일				
hôm kia 그저께	hôm qua 어제	hôm nay 오늘	ngày mai 내일	ngày kia 모레
Tuần 주				
2 tuần trước 2주 전	tuần trước 지난주	tuần này 이번 주	tuần sau 다음 주	2 tuần sau 2주 후
Tháng 월				
2 tháng trước 2 달 전	tháng trước 지난달	tháng này 이번 달	tháng sau 다음 달	2 tháng sau 2달 후
Năm 년				
2 năm trước 2년 전	năm ngoái 작년	năm nay 올해	sang năm 내년	2 năm sau 2년 후

② trước / sau 전 / 후 Track 54

trước은 '이전', sau는 '이후'라는 뜻을 나타내며 시간에 대해 말할 때 자주 쓰는 관형사입니다.

trước ~전/지난		sau ~후/다음
tuần trước 지난주 tháng trước 지난달 năm trước 작년	tuần 주 tháng 월,달 năm 년도	tuần sau 다음주 tháng sau 다음달 năm sau 내년

③ 월과 요일 Track 55

베트남어의 요일은 숫자의 '서수' 읽기 방법으로 표현됩니다. 즉 '첫 번째, 두 번째, 세 번째'라는 표현을 사용하며, 월요일은 달력의 두 번째에 위치하기 때문에 thứ hai를 사용해서 표현합니다. 또한 숫자 4의 경우, 기수에서는 bốn 이지만 서수에서는 tư이므로 수요일도 thứ tư로 표현합니다.

(요일 thứ)

thứ hai	월요일	thứ sáu	금요일
thứ ba	화요일	thứ bảy	토요일
thứ tư	수요일	chủ nhật	일요일
thứ năm	목요일		

(월 Tháng)

Tháng một	1월	Tháng bảy	7월
Tháng hai	2월	Tháng tám	8월
Tháng ba	3월	Tháng chín	9월
Tháng tư	4월	Tháng mười	10월
Tháng năm	5월	Tháng mười một	11월
Tháng sáu	6월	Tháng mười hai	12월

Tip

베트남어는 한국과 다르게 작은 단위부터 나열하는 특성을 가지고 있습니다.

시간에 대해 말할 경우, 순서는 다음과 같습니다.

… giờ … thứ … ngày … tháng … năm   … 시 … 요일 … 일 … 월 … 년

ex) 8 giờ sáng, thứ ba ngày 27 tháng 1 năm 2015

2015년 1월 27일 화요일 오전 8시

8 giờ sáng	thứ ba	ngày 27	tháng 1	năm 2015
오전 8시	화요일	27일	1월	2015년

문법 및 표현 Biểu hiện và ngữ pháp

1 sẽ 미래시제

동사 혹은 형용사 앞에서 미래의 일 즉 '~할 것이다'라는 뜻으로 동사 앞에 위치합니다. 영어의 will에 해당하는 시제입니다.

> sẽ + 동사

	주어	Sẽ	동사	
Chủ nhật tuần sau	tôi	sẽ	đi leo núi	với bạn.
다음주 일요일에 나는 친구와 같이 등산할거예요.				
Tháng sau	Anna	sẽ	về nước.	
다음 달에 안나는 귀국할 거예요.				
Tháng 7	cô ấy	sẽ	bắt đầu đi làm	ở công ty đó.
7월에 그녀는 그 회사에 출근하기 시작할 거예요.				

2 khi nào / bao giờ 언제

때를 묻는 의문사 입니다. 문장 앞에 이 의문사를 사용하면 미래에 언제를 묻는 문장이 되고 문장 끝에 나오는 경우에는 그 행동이 과거의 언제를 묻는 문장이 됩니다. (영어의 의문사 when)

Khi nào/ Bao giờ	주어	동사	khi nào/ bao giờ	해석
Khi nào	anh	gặp giáo viên?		선생님을 언제 만날 거예요? (미래의 언제)
Bao giờ	chúng ta	thi giữa kỳ?		중간시험 언제 볼 거예요?(미래의 언제)
	Anh Peter	về nước	bao giờ?	피터는 언제 귀국했어요? (과거의 언제)
	Chị gái bạn	kết hôn	khi nào?	당신의 언니는 언제 결혼했어요? (과거의 언제)

③ muốn 원하다

어떤 사람, 사물 또는 행동을 원하는 뜻을 표현할 때 쓰입니다. 명사와 결합이 되지만 동사와도 결합이 되는 특징이 있습니다.

muốn + 명사	muốn + 동사
➡ (명사)를 원하다	➡ (동사)하기를 원하다

Chiếc váy này đắt quá. Tôi muốn chiếc kia.

이 치마는 너무 비싸요. 저는 그 치마를 원해요.

Cô ấy muốn ăn bánh và uống sữa vào buổi sáng.

그녀는 오전에 빵과 우유를 먹기를 원해요.

Tôi muốn đi cùng cô gái ấy đến lễ kết hôn của bạn.

친구의 결혼식에 그 여자와 같이 가고 싶어요.

※Chiếc 옷의 종별사, váy 치마, lễ kết hôn 결혼식

④ từ … đến …부터 …까지

어떤 일이나 상태 범위의 시작과 끝을 나타내는 보조사로 시간, 장소 모두 사용가능 합니다.

(영어의 from... to 와 의미가 유사합니다.)

주어	동사/형용사	từ		đến	
Công ty chúng tôi	làm việc	từ	9 giờ sáng	đến	7 giờ tối.
우리회사는 오전 9시부터 오후 7시까지 일해요.					
Lớp học	kéo dài	từ	3 giờ	đến	5 giờ chiều.
수업은 오후 3시부터 5시까지 진행되요.					
Giám đốc	đã họp	từ	mấy giờ	đến	mấy giờ?
사장님이 몇시부터 몇시까지 회의하셨어요?					

※kéo dài 진행하다,연기하다, họp 회의하다

1 날짜묻기

> Hôm nay là ngày bao nhiêu?   오늘 며칠이에요?

날짜를 묻는 표현으로 Ngày mấy 혹은 ngày bao nhiêu로 물을 수 있습니다.

8월 = tháng 8

Hôm nay là ngày 17.   오늘은 17일이에요.

Hôm nay là ngày 17 tháng 8.   오늘은 8월 17일이에요.

*하노이에서는 1일부터 10일까지 말할 때 숫자 앞에 "mùng"을 붙입니다.

Hôm nay là ngày mùng 4 tháng 5.   오늘은 5월 4일이에요.

Hôm qua là ngày mùng 7 tháng 9.   어제는 9월 7일이에요.

2 요일 묻기

Q :	Hôm nay	là	thứ mấy?	오늘은 무슨 요일이에요?
A :	Hôm nay	là	thứ ba.	오늘은 화요일이에요.
	Hôm nay	là	chủ nhật.	오늘은 일요일이에요.

3 달 묻기

Q :	Tháng này	là	tháng mấy?	이번 달은 몇 월이에요?
A :	Tháng này	là	tháng 6.	이번 달은 6월이에요.
	Tháng này	là	tháng 9.	이번 달은 9월이에요.

연습 Luyện tập

1 달력을 보면서 질문에 대한 대답을 만들어 보세요.

3월 (Tháng 3)

Chủ nhật	Thứ hai	Thứ ba	Thứ tư	Thứ năm	Thứ sáu	Thứ bảy
1	2	3	4 Đi du lịch	5	6	7
8	9	10 Thi giữa kỳ	11	12 **hôm nay** (오늘)	13	14
15	16	17	18 Sinh nhật mẹ	19	20	21

❶ Hôm nay là thứ mấy?

_____

❷ Hôm qua là thứ mấy?

_____

❸ Ngày mai là thứ 3, phải không?

_____

2 잘 듣고 질문에 답하세요. Track 56

❶ Chị Lan đã ăn sáng ở đâu?

_____

❷ Hôm nay chị Anna đã ăn sáng chưa?

_____

❸ Chị Anna thường ngủ dậy lúc mấy giờ?

_____

❹ Đêm qua chị Anna đã làm gì?

_____

＊Ngủ dậy = dậy 일어나다, Mệt 피곤하다, Muộn 늦다

3 지시문에 맞게 답하세요.

❶ 올바른 질문을 만들어 보세요.

(1) _____?

2 tháng sau giám đốc tôi sẽ về nước.

(2) _____?

Không, tháng này là tháng 9.

(3) _____?

Tuần sau chúng tôi sẽ thi cuối kỳ từ 2 giờ đến 5 giờ chiều.

(4) _____?

Sinh nhật cô ấy là chủ nhật tuần này.

(5) _____?

Họ đã kết hôn tháng trước.

❷ 1번에 있는 달력에 근거하여 다음의 질문에 답하세요.

(1) Chủ nhật tuần trước là ngày bao nhiêu?

_____

(2) Thứ bảy tuần trước là ngày mùng 6 tháng 3 phải không?

_____

(3) Bao giờ là sinh nhật mẹ?

_____

(4) Sinh nhật mẹ là thứ mấy?

_____

(5) Cô ấy đã thi giữa kỳ chưa?

_____

(6) Cô ấy đã đi du lịch chưa? Cô ấy đã đi du lịch khi nào?

_____

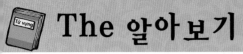 

The 알아보기

 베트남의 좋은 숫자, 나쁜 숫자

다른 나라처럼 베트남에도 문화와 관련하여 여러 주의해야 될 사항이 있습니다. 그 중에는 숫자에 관련 문화를 같이 알아봅시다.

먼저, 베트남 사람들에게 좋은 의미를 가지는 숫자를 소개하겠습니다.

한자의 영향을 받아 한자로 발음이 좋은 단어들과 유사한 발음의 숫자들이 좋은 숫자라고 생각합니다. 따라서 6, 8, 9를 좋은 숫자라고 생각하며 비즈니스 혹은 일상생활에 집 번호, 차번호, 핸드폰 번호를 선택할 때에 이 관념에 근거하여 결정하는 것이 흔합니다.

숫자	한자발음	발음 가까운 좋은 단어	한자	한국어로 의미
6	[lục]	[lộc]	禄	복
8	[bát]	[phát]	发 [发财]	발
9	[cửu]	[cửu]	久 [永久]	영원하다

위와 같이 좋은 숫자가 있는 반면, 나쁘다고 생각하는 숫자도 많이 있습니다. 그 중에 가장 기피하는 숫자는 4 입니다. 4는 한자로 발음할 때 tứ로 하는데 이는 tử (죽음의 의미)와 발음이 가깝기 때문입니다. 그래서 흔히 엘리베이터 또는 높은 빌딩이나 빌라에서는 숫자 4를 F, B등으로 다른 기호로 표시합니다.

베트남에는 짝수보다 홀수는 대부분 좋지 않은 숫자라는 생각도 있습니다. 특히 홀수 중에 3과 7은 사람들이 싫어하는 숫자입니다. 3을 싫어하여 사진을 찍을 때에 3명이 찍는 것은 아주 좋지 않다고 생각합니다. 3명이 사진을 찍을 때는 가운데 있는 사람에게 불행이 온다고 믿기 때문입니다. 그리고 3 숫자 외에 13, 23 등 3로 끝나는 숫자들도 나쁜 숫자라고 생각합니다. 7을 싫어하는 이유는 이 숫자의 발음이 thất으로 '잃다'의 의미를 지닌 단어의 발음과 동일하다는 이유입니다.

그리하여 베트남 속담 중에 이런 말도 있습니다.

"Chớ đi mùng 7, chớ về ngày 3."
출발은 7일, 귀환은 3일에 하지 마라.

'7과 3으로 끝나는 날은 기운이 안 좋은 날이라 멀리 떠나지 말라'는 의미입니다.

MEMO

Bài **11** 과

Cuối tuần anh đã làm gì?

주말에 뭐 하셨어요?

Track 57

다음 대화를 들어보세요.

Park	Chào Hòa, cuối tuần của Hòa thế nào?
Hòa	Cám ơn anh, cuối tuần của tôi cũng bình thường.
	Tôi đã đi ăn và xem phim với bố mẹ.
	Còn anh Park, cuối tuần anh đã làm gì?
Park	Hôm qua tôi đã đi thư viện quốc gia Hà Nội.
Hòa	Ồ, anh Park thích đọc sách à?
Park	Vâng, sở thích của tôi là đọc sách.
Hòa	Ở Hàn Quốc, cuối tuần thường làm gì?
Park	Người Hàn Quốc thường đi leo núi hoặc đi dã ngoại vào cuối tuần với bạn bè.
Hòa	Tôi nghe nói ở Hàn Quốc có rất nhiều núi, phải không?
Park	Vâng, ở Hàn Quốc có rất nhiều núi cao và đẹp.

박   안녕하세요, 화씨. 주말 어떻게 보냈어요?

화   고마워요, 그냥 그랬어요.

      부모님이랑 밥 먹고 영화 보러 갔어요.

      박씨는요. 주말에 뭐 하셨어요?

박   어제 국립도서관에 갔어요.

화   박씨는 독서 좋아하세요?

박   네, 저의 취미는 독서예요.

화   한국에서는 주말에 보통 무엇을 하나요?

박   한국사람들은 주말에 등산하거나 소풍을 가요.

화   한국에는 산이 많다고 들었는데요?

박   네, 맞아요. 한국에는 아름답고 높은 산이 많이 있어요.

Track 58

Từ mới 새단어

cuối tuần	주말	dã ngoại	소풍가다
xem phim	영화 보다	bạn bè	친구들
leo núi	등산가다	thế nào	어때요?
sở thích	취미, 기호		

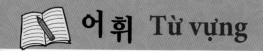 어휘 Từ vựng

1 취미/여가생활   😊 Track 59

đọc sách	독서	chơi game	게임하기
xem phim	영화감상	leo núi	등산하기
nghe nhạc	음악감상	chơi thể thao	운동하기
đi dạo	산책	làm tình nguyện	봉사활동
đi dã ngoại	소풍가기	mua sắm	쇼핑하기
gặp bạn bè	친구 만나기	học nhảy	댄스 배우기
nấu ăn	요리	học hát	노래 배우기
ngủ nướng	낮잠을 자다	vẽ tranh	그림 그리기

2 vào ～에

동사로 vào는 "들어가다" 라는 의미로 해석합니다. 그러나 전치사로 사용되었을 때 요일, 계절 등 시간의 의미를 가리키는 명사 앞에 위치하여 '요일에, 계절에'라는 뜻으로 해석됩니다. 문장 맨 앞 혹은 맨 뒤에 결합됩니다.

Vào buổi sáng	tôi	thường tập thể dục	ở công viên gần nhà.	시간과 결합
오전에 집 근처에 있는 공원에서 운동하는 편이에요.				
Vào chủ nhật	anh ấy	thường đi nhà thờ	với gia đình.	요일과 결합
일요일에 그는 보통 가족과 교회에 가요.				
Anh Park	thường đi leo núi	vào cuối tuần.	시간과 결합	
박씨는 주말에 보통 등산가요.				
Mọi người	thường đi du lịch biển	vào mùa hè.	계절과 결합	
사람들이 여름에는 보통 바다로 여행을 떠나요.				

Tip

'vào'와 'lúc'

앞에서 배운 lúc 역시 시간명사 앞에 쓰는 전치사이지만 vào와 쓰임새가 다르기 때문에 확실히 구별해서 사용해야 합니다.

Vào	Lúc
thứ 요일, tuần 주, ngày 일, tháng 달, năm 년도 buổi chiều 오후, buổi sáng 오전, buổi tối 저녁 cuối tuần 주말, đầu tháng 월초, cuối tháng 월 말	3 giờ 3시, 4 giờ 4시, 5 giờ 5시, 6 giờ 6시 chiều 오후, sáng 아침, tối 저녁, đêm 밤 동사 (ăn 먹다, ngủ 자다, tắm 씻다, đọc sách 책을 읽다 등)

즉 lúc은 주로 아래의 3가지 경우에 결합 가능합니다.

1. 정확한 시간 또는 시절과 결합한 경우 〈숫자로 시작된 시절 또는 시간〉
   : 3시, 2시, 7시30분, 12살 때 등
2. 동사와 결합하여 어떤 행동을 할 때, 다른 사건 또는 행동이 발생하는 뜻을 나타냅니다.
3. Buổi 빼고 chiều, sáng, tối, đêm와 직접 결합하는 경우

이 경우를 제외하고는 대부분 vào와 결합합니다.

문법 및 **표현** Biểu hiện và ngữ pháp

① **đã** 과거시제

동사의 현재진행형을 표현하는 시제로 말하는 시점 또는 어떤 정확한 시점을 나타냅니다.

> đã + 동사

Tôi		gặp	cô ấy ở quán cà phê.	그녀를 커피숍에서 만난다.
Tôi	đã	gặp	cô ấy ở quán cà phê.	그녀를 커피숍에서 만났다.
Cô ấy		đi	học vào lúc 2 giờ chiều.	그녀는 2시에 학교를 간다.
Cô ấy	đã	đi	học vào lúc 2 giờ chiều.	그녀는 2시에 학교를 갔다.

② **hoặc** A 하거나 B

> A hoặc B

'어느 것이 선택되어도 차이가 없는', 둘 이상의 일을 나열할 때 나타내는 보조사로 'A하거나 B하다'로 해석됩니다. 동사, 형용사 또는 명사와 모두 결합 가능합니다.

Tôi thường ăn cơm hoặc phở vào buổi trưa.
저는 점심식사로 밥이나 쌀국수를 먹어요.

Người Việt Nam thích ăn cơm với thịt bò hoặc thịt lợn.
베트남 사람들은 밥을 소고기나 돼지고기와 함께 먹는 것을 좋아해요.

> **Tip**
>
> "*수진쌤의 포인트 콕콕*"
>
> hay와 hoặc 구분하기
>
> 베트남어에서 hay 와 hoặc 은 A또는 B의 의미로 쓰입니다. 그러나 hay는 "선택의문문"으로도 쓰여 A입니까 B입니까?라는 의미를 지니고 있습니다.
>
> *VD)*
> Cuối tuần tôi thường đọc sách hay xem tivi. 주말에 저는 책을 보거나 텔레비전을 봐요.   – A 또는 B 로 쓰인 예
> Anh học tiếng Việt hay học tiếng Anh? 당신은 베트남어, 아니면 영어를 공부해요?   – 선택의문문으로 쓰인 예

3 **thường** 보통

> thường + 동사

Cuối tuần người Hàn Quốc thường đi leo núi, phải không?

한국사람은 보통 주말에 등산을 가는 편이죠?

Buổi sáng, người Pháp thường ăn gì?

프랑스 사람은 아침에 보통 뭘 먹는 편인가요?

A: Anh thường đi uống cà phê với ai?

보통 누구와 커피를 마시나요?

B: Tôi thường đi uống cà phê với đồng nghiệp.

보통 동료들과 커피를 마시는 편이에요.

• 더 자세히 알아보기

빈도부사		%
항상	Luôn luôn / luôn	100%
보통	Thường / thường xuyên	70~80%
때때로	Thỉnh thoảng /đôi khi	40%
가끔	Ít khi	20%
전혀~하지않다	Không bao giờ	0%

4 **với** ~와 함께 (영어의 **with**)

어떤 행동을 함께 하거나 둘 이상의 사물을 같은 역할로 이어주는 접속조사입니다.

Hôm qua tôi đã đi xem phim với bạn. 어제 나는 친구랑 영화 보러 갔어요.

Tôi thích ăn cơm với thịt bò. 나는 소고기와 밥 먹는 것을 좋아해요.

Tôi với anh Peter đang làm việc ở công ty du lịch Ha Noi Torserco.

저와 피터씨는 하노이 토세코 여행사에서 일하고 있어요.

⑤ Nói về sở thích 취미 말하기

❶ thích 동사

'thích'은 동사로 '좋아하다'라는 의미를 지니고 있으며 취미에 대해 말할 때 자주 쓰는 표현입니다.
'…하기를 좋아한다'라는 뜻을 나타내고 thích뒤에 단어를 결합하면 됩니다.

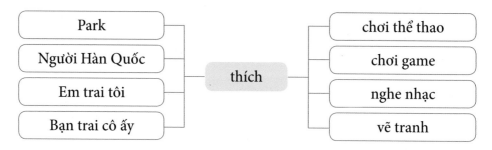

Park			chơi thể thao
Người Hàn Quốc		**thích**	chơi game
Em trai tôi			nghe nhạc
Bạn trai cô ấy			vẽ tranh

*vẽ tranh 그림 그리다, nghe nhạc 음악을 듣다, chơi thể thao 스포츠를 즐기다, chơi game 게임을 즐기다

❷ 취미 물어보기

의문사 gì 를 활용한 취미물어보기 표현입니다.

> sở thích của 2인칭대명사 + là gì?

		Anh	
Sở thích	của	Chị	là gì?
		Em	

❸ 취미 답하기

의문사 gì 를 활용한 취미물어보기 표현입니다.

> sở thích của tôi +là + 취미

		đi du lịch
Sở thích của tôi	là	xem phim
		chơi thể thao

Az 기본문형 Mẫu câu cơ bản

1 thế nào 어때요 (의문사 **how about**)

의견, 성질, 형편, 상태 따위가 어찌 되어 있는지 묻는 표현입니다. 항상 문장 끝에 위치합니다.

> 명사 / 형용사 / 동사 + thế nào?

Tiếng Việt thế nào?

Thời tiết Hàn Quốc thế nào?

Sông Hàn thế nào?

베트남어는 어때요?

한국날씨가 어때요?

한강이 어때요?

2 듣기로는 / 소문으로는

> Nghe nói (là/rằng) + 절

Nghe(듣다)와 nói(말하다)가 결합하여 말하는 것을 듣기로는 즉, 어떤 소식,정보등의 내용을 말하는 구절로 "듣기로는 ～이다"라고 해석되며 들은 내용을 다시 이야기를 할 때 쓰이는 문형입니다.

Tôi nghe nói anh ấy rất thích Kim chi.

그 친구가 김치를 아주 좋아한다고 들었어요.

Tôi nghe nói nhân viên công ty đó làm việc tốt và chăm tập thể dục.

그 회사 직원들이 일을 잘 하고 운동도 잘 한다고 들었어요

Tôi nghe nói tuần sau thời tiết sẽ rất lạnh.

다음주에는 날씨가 춥다고 들었어요.

※thời tiết 날씨, lạnh 추운

연습 Luyện tập

1 자신만의 답을 만들어 보세요.

❶ Cuối tuần anh/chị thích làm gì?

_____

❷ Anh/chị thường đi du lịch với ai? Ở đâu?

_____

❸ Anh/chị thường làm gì vào buổi tối?

_____

❹ Người Hàn Quốc có thích uống cà phê không? Người Hàn Quốc thường uống cà phê vào lúc nào?

_____

_____

2 잘 듣고 질문을 답하세요.　　Track 60

❶ Cuối tuần anh Peter đã đi leo núi với ai?

_____

❷ Núi đó ở đâu?

_____

❸ Phong cảnh ở đó thế nào?

_____

❹ Anh Bình có thích vận động không?

_____

❺ Anh Bình nói núi Ba Vì thế nào?

_____

＊Núi Ba Vì 바비 산, Phong cảnh 풍경, Đến ...chơi 놀러 왔다
Hà Tây 하떠이 성 (예전에는 하노이 부근의 지방 자치제였으나, 현재는 하노이에 소속되어 있다.)

3 빈칸에 vào / lúc을 쓰세요.

1 Tôi thường không đi học _____ cuối tuần.

2 _____ mùa đông ở Hàn Quốc, trời rất lạnh và gió to.

3 _____ 12 tuổi, tôi thường đến công viên gần nhà chơi bóng đá cùng các bạn.

4 _____ chúng tôi đang học bài, cô ấy mang đồ ăn đến.

5 _____ có thời gian, chị gái tôi thường đi mua sắm hoặc uống cà phê với đồng nghiệp.

6 Tôi nghe nói _____ năm 2013, công ty chúng ta sẽ tuyển thêm nhiều nhân viên ở bộ phận kinh doanh.

4 자신의 주말에 대해서 써 보세요.

_____

_____

_____

_____

_____

_____

_____

_____

_____

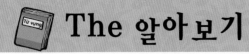 

The 알아보기

 베트남어의 시제

베트남어는 고립어로 동사의 형태가 변하지 않고 동사 앞에 적절한 부사를 조합하여 시제를 어렵지 않게 표현할 수 있는 것이 특징인 언어라고 앞에서 소개하였습니다. 과거형, 현재진행형, 미래형에 해당하는 시제를 다시 한 번 비교하고 익혀보도록 하겠습니다.

'나는 베트남어를 배운다'를 예문으로 비교해보겠습니다.

시제		예문	번역
đã	과거형	Tôi đã học tiếng Việt.	나는 베트남어를 배웠다.
vừa / mới	근접과거형	Tôi vừa / mới học tiếng Việt.	나는 막 베트남어를 배웠다.
X	현재	Tôi học tiếng Việt.	나는 베트남어를 배운다.
đang	현재진행형	Tôi đang học tiếng Việt.	나는 베트남어를 배우고 있다.
sắp	근접미래형	Tôi sắp học tiếng Việt rồi.	나는 곧 베트남어를 배울 것이다.
sẽ	미래형	Tôi sẽ học tiếng Việt.	나는 베트남어를 배울 것이다.
định (sẽ)	~예정이다	Tôi định (sẽ) học tiếng Việt.	나는 베트남어를 배울 예정이다.

＊sắp은 rồi와 결합하여 미래완료형을 나타내는 특징이 있습니다.

문장 내에 과거, 미래를 나타내는 시간적 표현이 있을 경우 일상회화에서 시제를 생략할 수 있습니다.

VD)

Tuần trước, tôi đã đi du lịch Việt Nam. → Tuần trước, tôi đi du lịch Việt Nam.
지난주에 저는 베트남 여행 갔어요.

Bây giờ, tôi đang học tiếng Việt. → Bây giờ, tôi học tiếng Việt.
지금 베트남어 공부하고 있어요.

Bài **12**과

Tôi mặc thử cái áo này được không?

이 옷 입어봐도 되나요?

Track 61

다음 대화를 들어보세요.

Người bán hàng	Chào chị, chị muốn mua gì ạ?
Mai	Tôi muốn mua một cái áo sơ mi màu vàng.
Người bán hàng	Vâng. Cửa hàng chúng tôi có nhiều loại áo sơ mi đẹp.
	Mời chị xem thử cái áo này.
Mai	Cái áo này bao nhiêu tiền vậy anh?
Người bán hàng	800.000 đồng Việt Nam.
Mai	Tôi mặc thử cái áo này được không?
Người bán hàng	Được chứ! Mời chị mặc thử.

점원	안녕하세요. 무엇을 사길 원하세요?
마이	노란색 블라우스 한 개를 사고 싶어요.
점원	네. 우리 가게에는 예쁜 블라우스 종류가 많아요.
	이 옷 한번 보세요.
마이	이 옷은 얼마인가요?
점원	800,000 동이요.
마이	이 옷 입어봐도 될까요?
점원	당연히 되지요. 입어 보세요.

Từ mới 새단어

mua	사다	mặc	입다
áo sơ mi	블라우스, 남방	được	가능
màu vàng	노란색	mời	하세요
đồng	베트남 화폐단위 동		

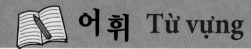 어휘 Từ vựng

1 màu sắc 색깔  Track 63

	màu đỏ	빨간색		màu tím	보라색
	màu hồng	분홍색		màu trắng	하얀색
	màu cam	주황색		màu đen	검정색
	màu vàng	노란색		màu xám / màu ghi	회색
	màu xanh lá cây	초록색		màu bạc	은색
	màu xanh da trời	파랑색		màu nâu	갈색

2 mua sắm 쇼핑 Track 64

mặc	입다	giảm giá	할인하다
đi	신다	mặc cả	흥정하다
đội	쓰다 (모자)	nói thách	바가지씌우다
đeo	끼다 (안경 ,시계 등등)	bớt giá	값을 깎다
thắt	매다 (넥타이)	loại	종류
cởi / bỏ	벗다 (옷,안경,모자,신발,넥타이 등등)	rẻ	싼
cỡ	사이즈	đắt	비싼
đổi	교환하다	hoàn trả tiền	환불

문법 및 표현 Biểu hiện và ngữ pháp

1 **동사 + thử** '동사'를 시도해보다

'음식을 맛보다, 옷을 입어보다' 등 어떠한 동작을 시험삼아 해 볼 때 '동사 + thử' 문형을 사용합니다.

동사		'동사'를 시도해 보다
ăn		맛보다
nghe		들어보다
mặc	thử	입어보다
dùng		사용해보다
xem		한번 보다

2 **동사 + chứ** 당연히 '동사'하죠

> 동사 + chứ

Chứ는 문장 끝에서 확신을 내포한 의문을 나타내며 대답으로 사용될 때는 자신의 의견을 강조하는 역할을 합니다. 일의 앞뒤 사정을 놓고 볼 때 마땅히 그런 뜻 또한 그런 일이라는 뜻을 나타냅니다.

A : Anh có thích món ăn Hàn Quốc không?   A : 한국 음식 좋아해요?
B : Có chứ. Tôi rất thích.   B : 당연하죠. 아주 좋아해요.

A : Anh nói tiếng Việt được chứ?   A : 당신은 베트남어를 말할 수 있어요?
B : Được. Tôi nói được tiếng Việt   B : 네. 저는 베트남어를 할 수 있어요.

3 **mời** ~하세요

상대방에게 무언가를 정중히 권하는 문형으로 문장 맨 앞에 쓰입니다.

> mời + 주어 + 동사

Mời chị ngồi!   앉으세요!
Mời chị ăn cơm!   밥 드세요!

Az 기본문형 Mẫu câu cơ bản

1 Hỏi về giá hàng hoá 물건의 값을 묻는방법

> 주어 + bao nhiêu tiền?
> 주어 + giá bao nhiêu?   ~은 얼마인가요?

Cái áo dài này bao nhiêu tiền vậy cô?   이 아오자이 얼마예요?

Quyển sách này giá bao nhiêu?   이 책 얼마예요?

2 Hỏi và trả lời tính khả năng 가능성 묻고 답하기

> 주어 + 동사 /형용사 + được không? (동사. 형용사)가 가능합니까? / (동사) 할 줄 합니까?

| Anh | nói tiếng Việt | được không? | 당신은 베트남어 말할 수 있어요? |
| Chị | chơi piano | được không? | 당신은 피아노 칠 수 있어요? |

* chơi piano 피아노를 치다

대답

가능 - Dạ được , tôi nói tiếng Việt được.

불가능 - Dạ không được , tôi không nói được tiếng Việt.

(더 알아보기)

> 주어 + có thể + 동사/형용사 + không?

대답

가능 - Có thể, tôi có thể + 동사/형용사.

불가능 - Không thể, tôi không thể + 동사/형용사.

동사/형용사 앞에서 가능성을 물어볼 수 있습니다. Được 문형과 기능은 같으나 쓰임의 위치가 다르다는 점을 주의해야 합니다.

가능성을 나타내는 문형 두가지 형태를 결합한 có thể + 동사/형용사 + được도 일반적으로 사용됩니다.

연습 Luyện tập

1 다음 문장을 베트남어로 표현해 보세요.

❶ 나는 빨간색 아오자이를 사고 싶습니다.

_____

❷ 바가지 씌우는거 아니죠?

_____

❸ 쇼핑할 때 나는 보통 값을 깎습니다.

_____

❹ 빨간색이 좋아요, 핑크색이 좋아요?

_____

2 잘 듣고 빈칸을 채우세요.　　　　　Track 65

A: Anh ① _____ gì ạ?

B: Chị ơi, chiếc áo dài này ② _____ ?

A: ③ _____ đồng một chiếc.

B: Đắt quá! Bớt cho tôi, ④ _____ đồng được không?

A: Không được, tôi không ⑤ _____ , đừng ⑥ _____ .

3 밑줄에 알맞은 질문 또는 답을 쓰세요.

①

A: _____ .

B: Được chứ ! Mời chị ăn.

A: 먹어봐도 되요?

B: 되죠. 먹어보세요.

②

A: Anh thích màu gì?

B: _____ .

A: 무슨색 좋아하세요?

B: 파란색이요.

③

A: Anh muốn mua gì?

B: _____ .

A: 무엇을 사고 싶으세요?

B: 베트남어 책을 사고 싶어요.

④

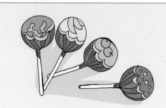

A: _____ ?

B: Cái này 8000 đồng một cái.

A : 이것은 얼마예요?

B : 1개에 8,000동이에요.

The 알아보기

 베트남에서 사올만한 기념품

❶ G7 커피

베트남이 세계 커피생산국 2위라는 사실, 알고 계셨나요? 블랙커피와 믹스커피로 나누어져 있는 G7커피는 한국의 인스턴트 커피 가격에 비해 저렴하고 맛과 향이 진해 베트남에서 사올 만한 기념품 1번입니다.

❷ 키플링 가방

베트남에 키플링의 제조공장이 있어 우리나라 보다 훨씬 더 싸게 구입할 수 있답니다. 선물하기도 좋은 아이템이죠? 다양한 디자인의 가방과 지갑이 있습니다.

❸ 다람쥐 똥 커피

여타 지역의 다람쥐보다 매우 영리하다는 베트남 다람쥐는 높은 고원지대에서 살고 있는데, 이들이 가장 좋아하는 것이 빨갛게 익은 원두입니다. 커피 재배 농장에서는 다람쥐를 위해 원두를 남겨 두는데, 새벽 2시에서 4시쯤 되면 이 다람쥐 무리들이 달려와 이것을 먹어 치웁니다. 그 이후에 다람쥐들이 차례로 배설을 해 놓는데, 다음날 사람들이 이것을 채집하여 깨끗이 세척한 후 건조를 여러 번 반복, 원두가 자체적으로 발효 되면서 고 퀄리티를 자랑하는 새로운 커피가 됩니다. 맛과 향이 아주 좋습니다.

🌳 베트남의 하롱베이 (하롱 만, Vịnh Hạ Long)

베트남의 수도 하노이에서 북동쪽으로 170여킬로미터에 위치해 있으며 유네스코의 세계자연유산이자 세계 8대 비경으로 꼽히는 베트남 최고의 명승지입니다. 하롱베이는 크고 작은 3,000여개의 기암괴석과 섬들로 이뤄져 있으며 석회암 지역이 오랜 침식 작용으로 지금의 모습이 되었습니다.

하롱은 '용이 내려온 자리'라는 뜻으로 중국이 베트남을 침공하였을 때 용 부자가 하늘에서 내려와 여의주를 쏨으로 침략을 막았고 그 때에 입에서 나온 보석들이 하롱베이의 섬들이 되었다고 전해지고 있습니다.

하롱베이는 고온다습한 여름과 춥고 건조한 겨울의 열대우림 기후를 가지고 있어 추운 겨울을 피한 여름인 4–10월 사이에 방문하는 것이 좋으며 4월과 5월에는 하롱베이 축제가 있습니다.

마치 명품 조각을 보는 듯한 섬들의 모습은 태양의 위치에 따라 그 색이 달라 보이며 비나 안개가 내리면 특유의 정취 있는 분위기를 자아냅니다.

베트남 여행을 가게 되면, 꼭 한번 하롱베이 (Vịnh Hạ Long)를 구경해 보세요!

Bài **13**과

Anh đã đi Việt Nam bao giờ chưa?

베트남에 가본 적 있으세요?

 대화 Hội thoại

다음 대화를 들어보세요.

Kim	Chào anh. Tôi định đi Việt Nam vào tháng sau. Anh đã đi Việt Nam bao giờ chưa?
Lee	Rồi. Tôi đã đi Việt Nam 2 lần rồi. Phong cảnh Hà Nội đẹp lắm.
Kim	Từ Hàn Quốc đến Việt Nam bằng máy bay mất bao lâu?
Lee	Mất khoảng 5 tiếng bằng máy bay.
Kim	Thế à? Trong thời gian du lịch ở Việt Nam, tôi nên đi bằng phương tiện gì?
Lee	Theo tôi, chị nên đi bằng taxi.
Kim	Tại sao vậy?
Lee	Vì đi bằng taxi tiện và an toàn.

김   안녕하세요. 다음달에 베트남에 갈 예정이에요. 베트남에 가본 적 있으세요?

리   네, 베트남에 2번 가봤어요. 하노이의 풍경은 매우 예뻐요.

김   한국에서 베트남까지는 비행기로 얼마나 걸리나요?

리   비행기로 대략 5시간 걸려요.

김   그래요? 베트남에 있는 동안 무슨 교통수단을 이용하는게 좋아요?

리   저는 택시를 타는게 좋을 것 같아요.

김   왜요?

리   왜냐하면 택시를 타는 것이 편리하고 안전하거든요.

Từ mới 새 단어

lần	회	phương tiện	교통수단
phong cảnh	풍경	theo	~에 따르면
bằng	~를 수단으로	tại sao	왜
máy bay	비행기	vì	왜냐하면
mất	걸리다	tiện	편리한
bao lâu	얼마나 오래	an toàn	안전한
tiếng	시간		

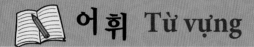 

어휘 Từ vựng

1 **Các phương tiện giao thông ở Việt Nam** 베트남의 교통수단 Track 68

xe	탈것의 총칭	xe hơi (xe ô tô)	자동차
xe máy	오토바이	xích lô	시클로
xe buýt	버스	tàu hoả	기차
xe điện ngầm (tàu điện ngầm)	지하철	máy bay	비행기
xe đạp	자전거		

2 여행 관련 어휘   Track 69

nơi xuất phát	출발지	vé	티켓
nơi đến	도착지	sân bay	공항
khoảng cách	거리	bến xe buýt	버스 터미널
thời gian	시간	ga tàu hỏa	기차역
giá tiền	가격	hộ chiếu	여권
phương tiện giao thông	교통수단	bản đồ	지도

문법 및 표현 Biểu hiện và ngữ pháp

1 **định** ~할 계획이다

동사 앞에 쓰여 어떤 행동에 대한 미래 계획을 나타냅니다. 언제든지 변할 수 있는 계획을 표현할 때 쓰입니다. định과 함께 미래시제인 'sẽ'가 함께 쓰일 수 도 있습니다.

> định + 동사 / định sẽ + 동사

Tôi định đi du lịch Việt Nam với gia đình vào năm sau.

나는 내년에 가족들과 함께 베트남 여행을 갈 예정입니다.

Tháng sau tôi định mua xe. 다음 달에 차를 살 예정입니다.

2 **nên** ~하는 것이 좋겠다

상대방에게 권유, 제안하는 문형으로 쓰입니다. '~하는게 좋겠다'로 해석하며 동사앞에 쓰입니다.

> 주어 + nên + 동사

Anh nên đi bệnh viện.   당신 병원에 가보는게 좋겠어요.

Anh nên học tiếng Việt chăm chỉ.   베트남어 공부 열심히 하는게 좋겠어요.

3 **Trong thời gian** + 동사 ~하는 동안에

trong (~안에)와 thời gian (~동안)에 동사가 결합하여 '~하는 동안에' 라고 해석됩니다.

Trong thời gian đi du lịch Việt Nam, tôi đã ăn nhiều món ăn Việt Nam.

베트남여행 가는 동안에 베트남 음식을 많이 먹었습니다.

Trong thời gian học tiếng Việt, anh ấy đã đến nhà tôi chơi.

베트남어를 공부하는 동안에 그가 우리집에 놀러왔습니다.

4 **Tại sao** 왜 (영어의 **why**와 유사)

이유를 묻는 의문사로 문장 맨 앞에 위치합니다. 답변은 '왜냐하면'에 해당하는 vì 또는 bởi vì로 시작합니다.

A: Tại sao anh học tiếng Việt?   왜 베트남어를 배워요?

B: Vì tôi muốn nói chuyện với người ViệtNam.   왜냐하면 베트남 사람과 이야기하기를 원해서요.

A: Tại sao anh không đi học?   학교에는 왜 안왔나요?

B: Bởi vì tôi thức dậy muộn.   왜냐하면 늦잠을 잤어요.

AZ 기본문형 Mẫu câu cơ bản

① đã ... bao giờ chưa? ~해본 적 있습니까?

과거의 경험에 대해 물어보는 의문문형식입니다. '~해본적 있니? ~경험이 있니?'라고 해석합니다.

> 주어 + đã + 동사 + bao giờ chưa?

[대답]

긍정 - rồi , tôi đã + 동사 + rồi / tôi đã + 동사 + lần rồi (횟수 명시)

부정 - chưa, tôi chưa bao giờ + 동사

1. Anh đã đi Việt Nam bao giờ chưa?   베트남에 가본 적 있으세요?
   Rồi. Tôi đã đi Việt Nam 2 lần rồi.   네, 저는 베트남에 두 번 가봤어요.
   Chưa, tôi chưa bao giờ đi Việt nam.   아직요, 아직 베트남에 안 가봤어요.

2. Chị đã ăn món ăn Hàn Quốc bao giờ chưa?   한국음식 먹어 본 적 있어요?
   Rồi, tôi đã ăn món ăn Hàn Quốc nhiều lần rồi. 네, 저는 한국음식 많이 먹어 봤어요.
   Chưa, tôi chưa bao giờ ăn món ăn Hàn Quốc. 아직요, 저는 아직 한국음식 안 먹어 봤어요.

② Mất bao lâu (시간이) 얼마나 걸립니까?

Mất (걸리다)와 bao lâu (얼마나 오래)가 결합하여 어떠한 장소에서 목적지까지 얼마나 걸리는지 (시간) 물어보는 의문사로 문장 맨 끝에 사용합니다.

> Từ 장소 + đến + 목적지 + (bằng 이동수단) + mất bao lâu?

Từ nhà đến công ty mất bao lâu?   집에서부터 회사까지 얼마나 걸려요?
Từ đây đến đó bằng xe buýt mất bao lâu?   여기서부터 그곳까지 버스로 얼마나 걸려요?

> 분을 나타낼 때 phút ➡ 30 phút / 50 phút
>
> 시간을 나타낼 때 tiếng ➡ 1 tiếng / 1 tiếng rưỡi

Từ đây đến đó mất khoảng 30 phút.   여기서부터 그곳까지 대략 30분 걸려요.
Từ Hàn Quốc đến Việt Nam mất khoảng 5 tiếng. 한국부터 베트남까지 대략 5시간 걸려요.

★주의 가끔 더 강조하는 의미로 'bằng + 이동수단'을 문장 끝에 바꾸어 사용할 수 있습니다.

A: Từ nhà đến công ty mất bao lâu? 집에서부터 회사까지 얼마나 걸려요?

B: Từ nhà đến công ty mất khoảng 2 tiếng bằng xe buýt.

(= Từ nhà đến công ty bằng xe buýt mất khoảng 2 tiếng.)

집에서부터 회사까지 버스로 두 시간 걸려요.

> **Tip**
>
> ※혼동하지 마세요!
>
> '몇 시'를 나타낼 때는 '시 = giờ'를 사용하지만, '몇 시간이 걸리다'를 나타낼 때는 'tiếng'을 사용합니다.
>
> 1시 = 1 giờ   1시간 = 1 tiếng

③ bằng gì ~으로 합니까? (수단)

> 동사 + bằng gì?

'bằng ~으로 합니까?'를 사용해 동사에 대한 수단을 물을 수 있습니다. 대답은 'bằng + 명사'로 합니다.

Cái bàn này	làm bằng gì?	이 책상은 무엇으로 만듭니까?
Cái bàn này	làm bằng gỗ.	이 책상은 나무로 만듭니다.

Anh	học bằng gì?	당신은 무엇으로 공부합니까?
Tôi	học bằng cuốn sách này.	이 책으로 공부합니다.

※gỗ 나무/목재

특히 교통수단에 대해 물을 경우 정확한 표현으로는 'đi bằng phương tiện gì?'를 쓰지만 자연스러운 회화에서 phương tiện을 생략하고 'đi bằng gì?'로 표현합니다.

Anh	đi Việt Nam bằng phương tiện gì?	무엇을 타고 베트남에 갑니까?
Tôi	đi Việt nam bằng máy bay.	저는 비행기를 타고 베트남에 갑니다.

연습 Luyện tập

1 다음 그림을 보고 질문과 답을 만들어 보세요.

보기   Seoul   Gwang ju

4 tiếng

A: Từ Seoul đến Gwang ju mất bao lâu?

B: Từ Seoul đến Gwang ju bằng xe hơi mất 4 tiếng.

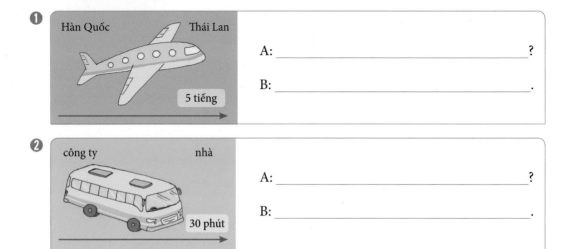

❶ Hàn Quốc   Thái Lan

5 tiếng

A: _____ ?

B: _____ .

❷ công ty   nhà

30 phút

A: _____ ?

B: _____ .

2 다음을 듣고 문장을 받아쓰세요.   Track 70

❶ _____

❷ _____

❸ _____

❹ _____

3 다음 지문을 읽고 물음에 답하세요.

Anh Hải làm việc ở một công ty lớn ở Hà Nội . Anh ấy thường đi làm bằng xe hơi . Từ nhà đến công ty bằng xe hơi mất khoảng 30 phút . Anh ấy ít khi đi làm bằng tàu điện ngầm . Hàng ngày anh ấy đi làm lúc 7giờ sáng và về nhà lúc 8 giờ tối . Anh ấy là một người chăm chỉ cần cù. Anh ấy chưa bao giờ đi làm muộn. Anh Hải yêu công việc của mình.

❶ Anh Hải làm việc ở đâu?

_____

❷ Anh ấy thường đi làm bằng gì?

_____

❸ Từ nhà đến công ty mất bao lâu?

_____

❹ Anh Hải thường đi làm lúc mấy giờ?

_____

❺ Anh ấy là người như thế nào?

_____

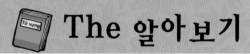 

The 알아보기

 베트남어 표현 : 택시 안에서

베트남에서 이용할 수 있는 가장 보편적인 교통수단은 택시입니다. 택시기사와 영어로 의사소통 해도 되지만 베트남어를 안다면 더 정확한 의미전달을 할 수 있겠죠? 그럼 '택시 베트남어'에 대해 알아볼까요?

택시기사	Anh muốn đi đâu?
손님	Tôi muốn đi + 주소/장소
	Cho tôi đến + 주소/장소
	Anh chở tôi đi + 주소/장소

※베트남의 주소는 우리나라와 반대로 표기합니다. 작은 단위부터 기입하며 번지수, 리, 면, 군, 도 등의 순서로 표기합니다.

VD) 11 Nguyễn Thị Minh Khai Quận 1, Thành Phố Hồ Chí Minh.

호치민시, 1구, Nguyen Thi Minh Khai 거리, 11번지

그외의 유용한 표현들에 대해 알아 보겠습니다.

Xin chờ ở đây một chút.	여기서 잠시만 기다려 주세요.
Làm ơn đi nhanh hơn.	조금 더 빨리 가 주세요.
Làm ơn đi chậm hơn.	조금 더 천천히 가 주세요.
Đến nơi rồi.	다 왔어요.
Vui lòng đi đường tắt cho nhanh.	지름길로 가 주세요.
Dừng lại ở đây.	여기서 세워 주세요.
Dừng lại phía trước.	이 앞에 세워 주세요.

[교통표지판]

đi thẳng	직진	quay lại (quẹo lại)	U턴
rẽ trái (quẹo trái)	좌회전	lùi	후진하다
rẽ phải (quẹo phải)	우회전		

[방향]

ở bên phải	오른쪽에	bên cạnh	옆
ở bên trái	왼쪽에	phía sau	뒤쪽
đối diện	맞은편	phía trước	앞쪽

Bài **14**과

Miển Bắc Việt Nam cũng có 4 mùa.

베트남 북부에도 4계절이 있습니다.

191

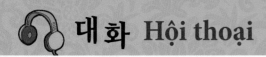
Track 71

다음 대화를 들어보세요.

Park	Hôm nay trời mưa to và lạnh quá Hòa nhỉ.

Hòa   Vâng, hôm qua anh có xem dự báo thời tiết không?

Park   Có. Nhưng tôi vẫn chưa quen với mùa xuân ở Hà Nội.

Hòa   Giống như Hàn Quốc, miền Bắc Việt Nam cũng có 4 mùa.

Vào mùa xuân, trời thường lạnh và mưa nhiều.

Park   Mùa xuân thường kéo dài trong bao lâu?

Hòa   Khoảng 3 tháng, từ tháng 2 đến tháng 4.

Còn ở Hàn Quốc thế nào?

Park   Khác với Việt Nam, ở Hàn Quốc, mùa xuân ấm áp và có nhiều nắng.

Hòa   Hôm nay sau khi học, anh sẽ làm gì?

Park   Có lẽ tôi sẽ lên thư viện. Trời mưa to quá nên tôi không muốn về nhà.

박　　　오늘 비도 많이 오고 춥죠?

화　　　네, 어제 일기예보 봤어요?

박　　　네. 봤는데 하노이의 봄 날씨에 아직 적응하지 못했어요.

화　　　한국처럼, 베트남 북부에도 4계절 있어요.

　　　　봄에는 날씨가 춥고 비가 많이 오는 편이에요.

박　　　봄이 보통 얼마나 오래 가나요?

화　　　봄은 약 3개월 인데 보통 2월부터 4월까지예요.

　　　　한국은 어때요?

박　　　베트남과 달리, 한국의 봄은 날씨가 따뜻하고 햇빛이 많아요.

화　　　오늘, 수업 끝난 후에 뭐할 거예요?

박　　　아마 도서관에 갈 거예요. 비가 많이 와서 집에 가고 싶지 않아요.

Từ mới 새단어

kéo dài	오래 가다	lên thư viện = đi thư viện	도서관에 가다
dự báo thời tiết	일기예보	kết thúc	끝나다
có lẽ	아마		

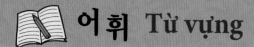 어휘 Từ vựng

1 **mùa và thời tiết** 계절과 기후　　　　　　　Track 73

mùa xuân
봄

mùa hè = mùa hạ
여름

mùa đông
겨울

mùa thu
가을

trời	하늘	se lạnh	쌀쌀하다
gió	바람	mát mẻ	시원하다
mây	구름	ảm đạm	흐리다
nắng	햇빛	quang đãng / sáng sủa	맑다
mưa	비	trời nắng	화창하다
bão	태풍	mưa rào	소나기
tuyết	눈	mưa đá	우박
ấm áp	따뜻하다	gió thổi	바람이 불다
lạnh	춥다	Ô / dù	우산
nóng	덥다	áo mưa	비옷

2 **quen với** ～에 적응하다 / 익숙하다

일정한 조건이나 환경 따위에 맞추어 응하거나 적응하게 되는 뜻을 나타냅니다.

Anh đã quen với thời tiết ở Việt Nam chưa?　　베트남 날씨에 적응하셨어요?
Tôi đã quen với tính cách của cô ấy.　　　　그녀의 성격에 적응되었어요.
Anh ấy đã quen với giao thông ở đây.　　　그분은 이 곳의 교통에 적응했어요.

문법 및 표현 Biểu hiện và ngữ pháp

① trong bao lâu? 얼마동안?

어떤 행동을 얼마동안 하는지 묻는 의미를 나타내며 문장 맨 끝에 쓰입니다. 앞동사의 형태 즉, 문맥으로 그 행동이 어떤 시제에 발생하는지 알수 있습니다. (영어의 how long)

대답할 때 'trong' (~동안) 이라는 시간 전치사와 결합해야 합니다.

A : Chị sẽ học tiếng Việt trong bao lâu?　　베트남어는 얼마 동안 배울 건가요?

B : Tôi sẽ học tiếng Việt trong 6 tháng.　　6개월동안 배울거예요.

A : Anh đã làm việc ở công ty đó trong bao lâu?　그 회사에서는 얼마 동안 일을 하셨어요?

B : Tôi đã làm việc ở công ty đó trong 4 năm.　4년동안 일했어요.

② nên 그래서

$$A + nên + B$$

인과관계를 나타낼 때 쓰이며 A는 원인 B 는 결과 즉, A 해서 B하다 라고 해석합니다.

Hôm nay là chủ nhật nên tôi nghỉ ở nhà.　오늘은 일요일이라서 집에서 쉰다.

Tôi thường đi công tác ở Việt Nam nên tôi học tiếng Việt.

나는 베트남에 자주 출장가서 베트남어를 배웁니다.

③ Sau khi ~ 한 후에

$$Sau khi + 주어 + 동사 / Sau khi + 동사$$

동사 한 후에라고 해석하며 미래시점을 말할 때 쓰입니다.

Sau khi ăn sáng, tôi đi học.　　　아침을 먹은 후에 나는 학교에 갑니다.

Sau khi tôi xem phim, tôi sẽ về nhà.　영화를 본 후에 나는 집에 돌아올 것 입니다.

A_Z 기본문형 Mẫu câu cơ bản

1 ~ 같이- ~ 처럼 / ~ 와 다르게

> Giống như + 명사 / Khác với + 명사

어떤 사정이나 조건을 비교하는 경우에 많이 쓰이는 문형입니다. giống은 '같다, 비슷하다'의 의미로 'như ～처럼'과 결합하여 Giống như + 명사는 '～와 같은, ～와 같이'로 해석합니다. 반면, 'khác 다르다'와 'với ～와 함께'가 결합하여 Khác với + 명사는 '～와 다른' 이라고 해석합니다.

Giống như Hàn Quốc, miền Bắc Việt Nam cũng có 4 mùa.
한국과 마찬가지로 베트남 북부에도 4계절이 있다.

Khác với công ty Mai Linh, công ty Hà An không nghỉ vào thứ 7.
마이린 회사와 달리, 하안 회사에서는 토요일에 쉬지 않는다.

Giống như Peter, chị Anna cũng rất thích ăn phở.
피터처럼 안나씨도 쌀국수를 매우 좋아한다.

2 Có lẽ 아마도

어떠한 사실에 대해 50~60% 짐작을 확신할 때 쓰이는 "아마도"입니다. 문장 맨 앞에 사용되며 추측을 나타낼수 있습니다.

Có lẽ anh ấy bị bệnh.   아마도 그가 아픈거 같아.
Có lẽ ngày mai trời mưa.   아마도 내일 비가 내릴거야.

어떤일을 판단했을 때 일어날 가능성이 매우 큰 일을 짐작할 때는 chắc là를 사용하여 '아마도'를 나타냅니다.

Chắc là người đó là người Hàn Quốc.   아마 그 사람은 한국사람일꺼야.
Chắc là anh ấy yêu cô ấy.   아마 그는 그녀를 사랑할꺼야.

＊chắc là (확신에 찬) 아마도

연습 Luyện tập

1 자신의 하루에 대해 말해 봅시다.

> **보기**
>
> .   Tôi thường ngủ dậy lúc 7 giờ 30 phút. Sau khi đánh răng rửa mặt, tôi ăn sáng.
>
>   Tôi đi học lúc 8 giờ 45. Chúng tôi học từ 9 giờ sáng đến 1 giờ chiều. …

_____

_____

_____

_____

2 지시문에 맞게 답을 해보세요.   😊 Track 74

❶ 다음 내용을 듣고 빈 칸을 채우세요.

Ông Minh là (1)_____ của một (2)_____ ở Hà Nội. Ông ấy thường

(3)_____ lúc 6 giờ 30 phút. (4)_____ tập thể dục, ông ấy ăn sáng

với gia đình. Ông đến công ty lúc (5)_____ Buổi sáng, ông ấy làm việc từ

(6)_____ đến 7 giờ tối. Buổi tối, ông ấy thường đi ăn với

(7)_____ hoặc khách hàng. Ông ấy thường về nhà rất (8)_____.

❷ 질문에 답하세요.

(1) Ông Minh làm việc ở đâu?

_____

(2) Hàng ngày, ông ấy ăn sáng ở đâu?

_____

(3) Ông ấy làm việc từ mấy giờ đến mấy giờ?

_____

(4) Ông ấy có ăn tối ở nhà không?

_____

3 지시문에 맞게 답을 해보세요.

Kim đã đi du lịch ở Việt Nam trong 12 ngày. Từ ngày mùng 4 đến ngày mùng 8, cô ấy ở Hà Nội. Cô ấy đã thuê phòng ở khách sạn Hồ Tây, khách sạn ở đây rẻ nhưng đẹp và sạch. Món ăn Hà Nội không cay và dễ ăn nên Kim rất thích. Từ ngày mùng 9 đến ngày 16, cô ấy đã đi thành phố Hồ Chí Minh và các thành phố khác ở miền Nam. Ở thành phố Hồ Chí Minh, Kim có rất nhiều bạn. Họ đã đi ăn, đi chơi ở nhiều nơi. Kim rất thích cà phê ở đây. Cô ấy sẽ mua cà phê cho gia đình và bạn bè ở Hàn Quốc.

❶ 지문에 대한 다음 내용을 읽고 맞으면 (Đ), 틀리면 (S)를 표시하세요.

(1) Kim đã đi du lịch Việt Nam từ ngày mùng 4 đến ngày 16. (Đ , S)

(2) Ở Hà Nội, cô ấy có rất nhiều bạn. (Đ , S)

(3) Món ăn ở Hà Nội không cay và dễ ăn. (Đ , S)

(4) Khách sạn Hồ Tây rẻ và đẹp. (Đ , S)

(5) Kim sẽ mua cà phê Việt Nam cho gia đình và bạn bè. (Đ , S)

❷ 다음 대답에 알맞는 질문을 만들어 보세요.

(1) _____?

　　Vâng, chúng tôi đã làm bài tập rồi.

(2) _____?

　　Thứ tư tuần sau là ngày mùng 3 tháng 8.

(3) _____?

　　Giám đốc sẽ họp từ 9 giờ đến 12 giờ sáng.

(4) _____?

　　Không, tôi không ăn thịt lợn.

(5) _____?

　　Chưa, anh ấy chưa gọi điện thoại cho tôi.

Từ mới 새 단어

thuê phòng	방을 임대하다	thành phố	도시
sạch	깨끗하다	nơi	곳, 장소
cay	맵다		

The 알아보기

 ## 베트남의 날씨

인도차이나 반도에 위치하고 있는 베트남은 면적이 33만여 킬로미터로 한반도의 1.5배입니다. 남북으로 긴 S자 형태의 베트남은 지방에 따라 기온 차이가 많이 나는 특징이 있습니다. 크게 북부, 중부와 남부로 나누어 날씨를 알아보도록 하겠습니다.

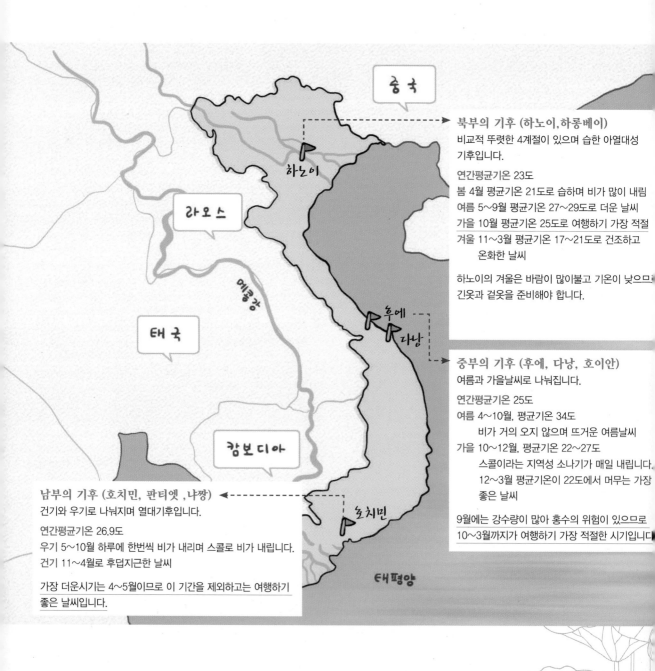

북부의 기후 (하노이, 하롱베이)
비교적 뚜렷한 4계절이 있으며 습한 아열대성 기후입니다.

연간평균기온 23도
봄 4월 평균기온 21도로 습하며 비가 많이 내림
여름 5~9월 평균기온 27~29도로 더운 날씨
가을 10월 평균기온 25도로 여행하기 가장 적절
겨울 11~3월 평균기온 17~21도로 건조하고
　　　온화한 날씨

하노이의 겨울은 바람이 많이불고 기온이 낮으므로 긴옷과 겉옷을 준비해야 합니다.

중부의 기후 (후에, 다낭, 호이안)
여름과 가을날씨로 나눠집니다.

연간평균기온 25도
여름 4~10월, 평균기온 34도
　　　비가 거의 오지 않으며 뜨거운 여름날씨
가을 10~12월, 평균기온 22~27도
　　　스콜이라는 지역성 소나기가 매일 내립니다.
　　　12~3월 평균기온이 22도에서 머무는 가장
　　　좋은 날씨

9월에는 강수량이 많아 홍수의 위험이 있으므로 10~3월까지가 여행하기 가장 적절한 시기입니다.

남부의 기후 (호치민, 판티엣, 냐짱)
건기와 우기로 나눠지며 열대기후입니다.

연간평균기온 26.9도
우기 5~10월 하루에 한번씩 비가 내리며 스콜로 비가 내립니다.
건기 11~4월로 후덥지근한 날씨

가장 더운시기는 4~5월이므로 이 기간을 제외하고는 여행하기 좋은 날씨입니다.

중국
라오스
태국
캄보디아
메콩강
하노이
후에
다낭
호치민
태평양

Bài 15 과

Anh cho tôi một bát phở bò.
소고기 쌀국수 한 그릇 주세요.

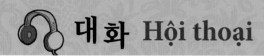

다음 대화를 들어보세요. Track 75

Người phục vụ	Đây là thực đơn của nhà hàng chúng tôi.
Hòa	Chị Mai, chị muốn ăn gì?
Mai	Nghe nói phở ở quán ăn này vừa ngon vừa rẻ.
	Chúng ta nếm thử phở ở đây nhé!
Hòa	Vâng. Vậy anh cho tôi 2 bát phở bò.
	À chúng tôi không ăn được rau thơm. Xin đừng cho rau thơm vào nhé!
Người phục vụ	Dạ vâng. Các chị uống gì ạ?
Hòa	Anh cho tôi một cốc nước mía. Còn chị? Chị muốn uống gì?
Mai	Cho tôi một cốc trà đá!
Người phục vụ	Dạ xin hai chị đợi một chút!

웨이터   저희 식당 메뉴판 여기 있습니다.

화   뭐 먹고 싶어요?

마이   이 가게의 쌀국수가 맛있고 싸다고 들었어요.

         우리 여기 쌀국수 먹어봐요.

화   네, 그럼 소고기 쌀국수 두 그릇 주세요.

         아, 우리는 고수를 못 먹어요. 쌀국수 안에 넣지 마세요.

웨이터   네. 뭐 마시겠어요?

화   사탕수수 한잔 주세요. 당신은요? 뭐 마시겠어요?

마이   아이스 녹차 한잔 주세요.

웨이터   두 분 조금만 기다리세요.

Từ mới 새 단어   Track 76

dùng	드시다	trừ	~제외하다
thực đơn	메뉴	cốc	잔
phở	쌀국수	nước mía	사탕수수 쥬스
nếm	맛보다	trà đá	아이스녹차
bát	그릇	đợi	기다리다
rau thơm	고수(향나는 풀)		

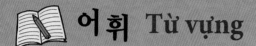 어휘 **Từ vựng**

1 Vị 맛 Track 77

mặn	짠	nhạt	싱거운
ngọt	단	đắng	쓴
cay	매운	chua	신
nhạt	싱거운	đậm	진한
ngon	맛있는	không ngon	맛없는

2 음료 Track 78

nước uống	음료수	trà xanh	녹차	trà sữa	밀크티
nước mía	사탕수수	sữa	우유	cà phê	커피
sinh tố	쉐이크	nước trái cây	쥬스	cà phê đá	냉커피
nước	물	cô-ca	콜라	cà phê đen	블랙커피
trà	차	rượu	술	cà phê sữa	밀크커피
hồng trà	홍차	bia	맥주		

3 Dụng cụ dùng để ăn 식기도구 Track 79

cốc (ly)	잔	muỗng	숟가락	tách	컵
bát	그릇	dĩa / nĩa	포크	chai	병
đĩa	접시	dao	칼	lon	캔
đũa	젓가락	tô	사발	cái thớt	도마

문법 및 표현 Biểu hiện và ngữ pháp

① nhé 제안

문장 끝에 붙으며 상대방이 자신의 의견에 동의를 바라거나 제안할 때 쓰는 조사입니다.
자신보다 나이가 많은 사람에게는 쓸 수 없고 주로 친한 사이에 많이 씁니다.

Tôi về nhé.	먼저 갈게요.	(헤어질 때)
Chào anh nhé.	잘 가요.	
Cố lên nhé.	화이팅해요.	

② đừng-부정명령문 ～하지 마세요

> 주어 + đừng + 동사

đừng은 부정명령문으로 요구나 명령에 쓰입니다(평서문장에 쓰이지 않는것에 주의).
예의를 갖출 필요가 없는 사이에는 주로 주어를 생략하고 말합니다.

Anh đừng hút thuốc ở đây.	여기서 담배 피우지 마세요.
Em đừng nói chuyện.	수다 떨지 마세요.

③ vừa ...vừa ～하면서 ～하다

> vừa + 동사 A + vừa + 동사 B ➡ 동사하면서 동사하다.

Buổi sáng tôi thường vừa ăn sáng vừa xem tivi.	아침에 나는 보통 아침을 먹으며 티비를 봅니다.
Tôi và bạn tôi vừa nói chuyện vừa uống cà phê.	나와 내 친구는 이야기하며 커피를 마십니다.

> vừa + 형용사A + vừa + 형용사 B ➡ A형용사이며 B형용사이다.

Vợ tôi vừa xinh vừa thông minh.	내 아내는 아름답고 똑똑하다.
Món ăn Việt Nam vừa rẻ vừa ngon.	베트남 음식은 싸면서 맛있다.

4 **cho tôi** ~주세요

> cho tôi + 명사 ➡ 명사 주세요.

Cho tôi **thực đơn.**   메뉴판 주세요.
Cho tôi **2 bát phở bò.**   소고기 쌀국수 두 그릇 주세요.

> cho tôi xem + 명사 ➡ 명사 보여 주세요.

Cho tôi xem **thực đơn.**   메뉴판 보여 주세요.
Cho tôi xem **cái áo kia.**   저 옷 보여 주세요.

5 **một chút** 잠깐만, 조금만

một chút 은 수량(조금) 및 시간 (잠깐) 으로 표현할 수 있습니다.

> 동사 + một chút
> 형용사 + một chút

Tôi muốn nghỉ **một chút.**   나는 잠시 쉬길 원합니다.
Tôi biết **một chút** về anh ấy.   나는 그에 대해 조금 압니다.

A-Z 기본문형 Mẫu câu cơ bản

1 gọi món ăn 음식 주문하기

베트남어로 음식을 주문할 때는 'cho tôi (주세요)'라는 표현을 사용합니다.

Cho tôi xem thực đơn. – 메뉴 보여 주세요.

Cho một bát phở bò.
Cho một bát cơm.
Cho một tô mì gói.
Cho một cốc cà phê sữa đá.
Cho một ly nước chanh.
Cho một đĩa tôm nướng.
Cho một lon cô ca.
Cho hai chai bia.
Cho ba chai rượu.

	하노이	호찌민
사발	bát	chén = tô
잔	cốc	ly
접시	đĩa	đĩa
lon 캔		
chai 병		

Từ mới 새단어

mì gói	라면	cô ca	코카콜라
cà phê sữa đá	아이스 밀크커피	bia	맥주
nước chanh	레몬쥬스	rượu	소주
tôm nướng	구운 새우		

1 다음의 그림을 보고 대화를 완성하세요.

보기

A: Chị ấy uống gì?

B: Chị ấy uống nước.

❶

A: Các anh ấy ăn gì?

B: _____.

❷

A: Chị ấy đang làm gì?

B: _____.

❸

A: Anh ấy uống gì?

B: _____.

2 다음 내용을 듣고 틀리면 (S), 맞으면 (Đ) 표시하세요.   Track 80

❶ Hai anh ấy đã lâu không gặp.   (Đ , S)

❷ Hai anh ấy đang ở nhà hàng.   (Đ , S)

❸ Cà phê ở đó ngon.   (Đ , S)

❹ Anh Bình có bạn gái mới.   (Đ , S)

❺ Bạn gái anh Bình vừa đẹp vừa cao.   (Đ , S)

3 다음 대화를 읽고 빈칸에 알맞은 단어를 써 넣으세요.

A : Cho tôi xem _____ !

B: Thực đơn _____ . Mời anh _____ . Anh _____ gì ạ?

A : _____ tôi một bát phở bò

B : Dạ vâng , anh _____ gì ạ?

A : _____ có nước mía không?

B : Dạ có.

A : Cho tôi một cốc _____ .

4 다음 그림을 배운 표현들을 사용하여 베트남어로 묘사해 보세요.

_____
_____
_____
_____
_____

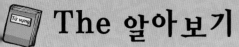 

The 알아보기

 베트남 음식

❶ Phở 쌀국수

북부지방 쌀국수는 남부지방 쌀국수에 비해 국수면발이 굵고 육수는 단맛이 덜합니다.
고명은 허브 대신 파를 많이 넣는 것이 특징입니다.

❷ Bún chả Hà Nội 분짜 하노이

양념한 고기를 숯불에 구워 국물에 넣은 고기와 면, 야채를
섞어 먹는 하노이 음식입니다.

❸ Phở xào bò 소고기 쌀국수 볶음면 또는 Mì xào bò 소고기 볶음면

면과 여러 가지 야채에 소고기를 함께 볶은 음식입니다.

❹ Rau muống xào tỏi 라우뭉

라우뭉이라는 베트남식 시금치를 마늘에 볶은 요리로 반찬으로 먹거나 맥주 안주로 많이 먹습니다.

❺ Bánh mì 반미

바게트 빵, 식빵 등에 대해 일컫는 말입니다.

❻ Bún thịt nướng 분팃능

쌀로 만든 면, 으깬 땅콩, 채 썬 절인무와 당근 오이 양념
갈비 상추등을 베트남 소스(nước mắm)와 함께 비벼
먹는 음식입니다.

❼ Gỏi cuốn 월남쌈

라이스페이퍼(Bánh tráng)를 미지근한 물에 불려 건진 후 각종 채소, 양념, 고기,
국수를 싸서 소스에 찍어 먹는 음식입니다. 베트남에서는 고급 음식으로 값비싼
편에 속합니다.

❽ Bánh xèo 반 세오

Bánh xèo 가루를 반죽해 얇게 부친 후 그 위에 양념한 숙주, 고기, 새우등을 넣은 음식입니다.
베트남소스 (Nước mắm)와 함께 먹습니다.

❾ Cơm sườn 갈비 덮밥

구운 양념 돼지갈비를 통째로 밥 위에 얹은 베트남 서민이 즐겨먹는 음식, 한국인이 제일 거부감 없이 먹을 수 있는 음식 1위입니다. ^^

❿ Bún bò huế 분 보 후에

Huế 지방의 음식 중 하나로, 면은 굵고 둥근 쌀국수 면을 사용하며 쇠고기 뼈로 국물을 우려냅니다. 우리나라 국밥 국물과 비슷합니다. 처음에는 거부감이 들 수도 있지만 한번 먹으면 계속 생각나는 맛이 일품!

⓫ Chân gà nướng 쩐 가 능

베트남 닭발구이입니다. 닭발에다 양념을 해서 꼬치에 꽂고 구운 길거리 대표 음식입니다. 한국 닭발에 비해 많이 큽니다.

⓬ Chả giò 스프링 롤

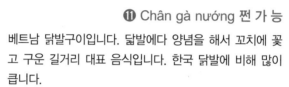

고기, 야채, 양파, 새우, 향채등을 채썰어 양념으로 볶고 국수를 잘게 썬 뒤 라이스 페이퍼에 말아 기름에 튀긴 것입니다.

⓭ Bánh canh cua / Bánh canh 게살 국수

게살이 들어있고 면발이 오동통하고 쫄깃쫄깃한 것이 특징입니다.

⓮ Bánh bao 반 바오

베트남인들이 즐겨먹는 간식 중 하나인 반바오는 우리나라의 고기찐빵과 같은 맛입니다. 음식점이나 동네슈퍼에서 사 먹을 수 있습니다.

⓯ Mì gói 베트남 라면

베트남 포장마차에서 자주 볼 수 있는 미고이. 조미료가 듬뿍 들어간 육수에 베트남라면을 넣고 얇게 썬 돼지고기, 숙주, 고추, 돼지비계 튀김 등이 고명으로 나옵니다.

Bài **16**과

Ôn tập 2

복습 2

어휘와 문법 Từ vựng và ngữ pháp

1 다음 명사들 중 분류가 다른 단어를 선택하세요.

❶ tôi, các bạn, anh, chị, này, chúng tôi, chúng ta

❷ kiến trúc sư, nhà văn, nhà hàng, nhà báo, tiếp viên hàng không, họa sĩ

❸ năm sau, tuần này, ba hôm trước, tháng trước, hàng tháng, hai tuần nữa

❹ xa, gần, nóng, vui, cười, buồn, nhanh

❺ gà, mèo, lợn, thịt, chó, chuột, rắn, chim

2 다음 단어들의 반대어를 쓰세요.

❶ sáng   ↔   _____   ❻ già   ↔   _____

❷ nhanh ↔   _____   ❼ yếu   ↔   _____

❸ giỏi   ↔   _____   ❽ đắt   ↔   _____

❹ vui   ↔   _____   ❾ giàu   ↔   _____

❺ xinh   ↔   _____   ❿ cũ   ↔   _____

3 틀린 곳을 찾아 알맞은 표현으로 바꾸세요.

> 보기
>
> Tôi thích rất phở gà. ➡ Tôi rất thích phở gà.

❶ Kia là ba cái sách và một quả mèo của tôi.

_____

❷ Nhà mới của bạn có không đẹp?

_____

❸ Anh có uống thích cà phê không?

_____

❹ A : Kia cái máy vi tính có phải là của chị không?

_____

  B : Không, cái máy vi tính kia là không phải của tôi.

_____

4 단어를 알맞게 배열하여 문장을 만드세요.

❶ Việt Nam / lạnh / có / thời tiết / không?

_____

❷ là / tháng / 14 / ngày / 3 / hôm nay

_____

❸ một / cà phê / cốc / cho tôi / anh

_____

❹ chưa / quen với / khí hậu / anh/ đã / ở đây?

_____

❺ nấu cơm / gọi điện / sau khi / cho / cô ấy / chồng / đã

_____

❻ tiếng Việt / bắt đầu / anh / đã / khi nào / học / từ?

_____

듣기 Nghe

1 다음 내용을 듣고 알맞은 대답을 고르세요.　　　Track 81

❶ Người nói muốn mua gì?

① Từ điển Việt - Anh

② Đôi giầy

③ Từ điển Việt - Hàn

④ Túi xách

❷ Người nói có mua con vịt không?

① Có

② Không

❸ Chợ hôm nay thế nào?

① Ít người

② Đông người (nhiều người)

③ Bình thường

❹ Quán phở ở đâu?

① Ở đây

② Ở kia

③ Ở đó

2 다음 내용을 듣고 질문에 답하세요.　　　Track 82

❶ Hiền có làm việc vào buổi sáng không?

_____

❷ Buổi tối, Hiền làm gì?

_____

❸ Hiền có thích nghe nhạc không?

_____

❹ Hiền không thích đọc sách, phải không?

_____

❺ Cuối tuần Hiền thường làm gì?

_____

읽기 & 쓰기 Đọc & Viết

1 A와 B를 연결해서 적당한 대화를 만드세요.

A	B
1. Anh đã làm việc ở công ty này trong bao lâu?	a. 7 giờ 45 phút.
2. Khi nào chị sẽ sang Việt Nam?	b. Tớ sẽ đi du lịch với gia đình.
3. Linh ơi, hôm nay là thứ tư à?	c. Tôi chưa biết. Có lẽ là tháng 10.
4. Anh về nước từ khi nào?	d. Rồi. Tàu khởi hành lúc 11 rưỡi.
5. Chị ấy thường đến cơ quan lúc mấy giờ?	e. Tôi đã làm ở đó trong 5 năm.
6. Tuần sau cậu sẽ làm gì?	f. Không. Mai là thứ tư.
7. Tàu S2 đi Hà Nội đã khởi hành chưa?	g. Tôi về từ tháng trước.

2 단어를 사용해서 아래의 빈칸을 채우세요.

> **보기**
>
> | đi làm | bắt đầu | đi học | cuối tuần |
> |---|---|---|---|
> | đi ngủ | bạn bè | hàng ngày | kết thúc |

Anh Park là nhân viên kế toán cho một công ty xuất nhập khẩu ở thành phố Daejeon. (1)_____ , anh ấy ngủ dậy lúc 6 giờ sáng. Sau đó, anh ấy tập thể dục, vệ sinh cá nhân, ăn sáng và (2)_____ lúc 7 giờ 20 phút. Anh đến công ty và (3)_____ làm việc lúc 8 giờ. Buổi trưa, anh ấy nghỉ trưa từ 12 giờ đến 1giờ. Buổi chiều, anh ấy bắt đầu làm việc lúc 1 giờ và (4)_____ lúc 5 giờ 30 phút. Anh ấy thường ăn tối lúc 6 rưỡi và sau đó (5)_____ tiếng Việt. Anh ấy đến Việt Nam từ tháng 4 năm ngoái. Bây giờ anh Park đã nói tiếng Việt khá tốt và cũng có nhiều (6)_____ ở đây. Vào (7)_____ anh thường đi chơi tennis hoặc đến nhà các bạn người Việt Nam để trải nghiệm văn hóa và luyện tập tiếng.

*trải nghiệm 체험하다, văn hóa 문화, chơi tennis 테니스를 치다, để …하기 위해

❸ 다음 내용을 읽고 맞으면 (Đ), 틀리면 (S)를 표시하세요.

❶ Anh ấy là giám đốc công ty xuất nhập khẩu.　　　　　　　(Đ , S)

❷ Hàng ngày, anh Park đi làm lúc 7 rưỡi sáng.　　　　　　　(Đ , S)

❸ Buổi chiều, anh ấy bắt đầu làm việc từ lúc 13 giờ 30 phút.　(Đ , S)

❹ Anh Park không có nhiều bạn bè ở Việt Nam.　　　　　　(Đ , S)

❺ Anh Park đến Việt Nam từ mùa đông năm ngoái.　　　　　(Đ , S)

❹ 베트남어 공부와 관련된 내용으로 친구에게 이메일을 써보세요.

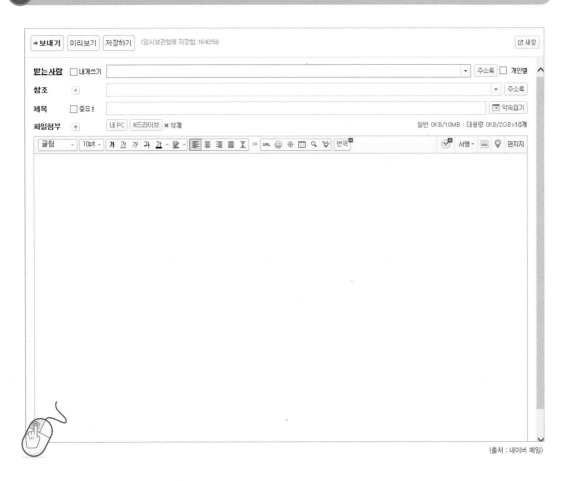

(출처 : 네이버 메일)

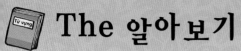 # The 알아보기

 ## 베트남어 문장부호 쓰는 법 2

제 9과에 소개한 "베트남어 문장부호 쓰는 법1"에 이어서 베트남에서 자주 쓰는 따옴표, 괄호에 대해 소개합니다.

❶ 따옴표

사용법 : 다른 사람 혹은 자신의 말을 직접 인용할 때 사용합니다. 가끔 인용되는 내용은 속담, 명언 또는 슬로건일 수도 있습니다. 따옴표 안에 들어있는 내용을 쓸 때는 따옴표와 띄어 쓸 필요 없이 바로 붙여서 쓰고 읽을 때 그 말을 한 사람의 억양을 흉내 내어 하는 편입니다.

예시   Anh ấy hỏi tôi "Chị Trang, chị có biết tiếng Hán không?". Tôi trả lời "Không, tôi không biết".

나보고 "장씨, 한자 알아요?"라고 물었어요. 그래서 "아니요, 몰라요"라고 대답했어요.

➡ 가끔 따옴표는 다른 사람의 말을 비웃거나 반어적인 의미를 표현할 때 쓰기도 합니다.

Giá này thì đúng là "rẻ" thật.   이 가격은 진짜 싸네!

➡ 매우 비싸고 터무니 없는 가격이지만 반대적으로 '진짜 싸다'라는 표현하여 더 강조하는 의미를 나타냅니다.

❷ 괄호

사용법 : 문장에 나오는 말 혹은 전공용어를 더 자세히 설명하거나 문장의 내용을 듣거나 보는 사람에게 더 쉽게 상상할 수 있도록 하는 목적으로 사용합니다.

예시   Kỳ thi TOPIK (Năng lực tiếng Hàn) lần thứ 36 sẽ được tổ chức vào tháng 10 tới.

제36회 TOPIK (한국어능력시험)은 이번 10월에 개최될 예정입니다.

Công ty KT&G (công ty nổi tiếng về thuốc lá của Hàn Quốc) đã quyết định đầu tư vào thị trường Việt Nam.

KT&G 회사(한국의 유명한 담배회사)가 베트남에 진출하기로 하였습니다.

❸ 느낌표

사용법 : 감탄을 나타내거나 어떤 행동을 함께 하자고 할 경우 또는 명령을 나타내는 문장 끝에 쓰입니다.

예시	Chị đẹp quá!	당신은 너무 예쁘네요!	
	Công ty anh to quá!	당신의 회사는 정말 크네요!	감탄문
	Hôm nay, trời lạnh quá!	오늘 날씨가 참 추워요!	
	Đường trơn lắm! Hãy cẩn thận!	길이 너무 미끄러워요! 조심하세요!	감탄문
	Hãy bảo vệ môi trường!	환경을 지킵시다!	

＊Hãy 명령문 또는 어떤 행동을 하자는 뜻으로 쓰입니다

❹ 물음표

사용법 : 의문문 끝에 쓰입니다. 물음표를 읽을 때 억양이 조금 올라가며 잠깐 쉬다가 다음 문장으로 넘어갑니다.

| 예시 | Anh tên là gì? | 이름이 뭐예요? |
| | Cô ấy là giáo viên, phải không? | 그녀는 강사 맞지요? |

01 부록

ĐÁP ÁN 정답

1 | 만나서 반갑습니다
Rất vui được gặp anh!

1

1. A: Chào cô.

   B: Chào em.

2. A: Chào ông . Rất vui được gặp ông.

   B: Chào bà. Rất vui được gặp bà.

3. A: Em chào anh.

   B: Chào em.

4. A: Chào bạn. Rất vui được gặp bạn.

   B: Chào bạn. Rất vui được gặp bạn.

2

1. A: Xin chào!

   B: (1)Chào anh!

   A: Rất vui được gặp (2)chị!

   B: Vâng, rất vui được gặp (3)anh.

2. A: Chào cô. (1)Cô tên là gì?

   B: Tôi là Anna, (2)còn anh?

   A: Tôi tên là Park. (3)Rất vui được gặp cô

   B: Rất hân hạnh được làm quen với anh.

3

1. Nam: Chào bạn! (Mình/ tớ) tên là Nam. Rất vui được gặp bạn. Còn bạn, bạn tên là gì?

   Tuấn: Chào bạn! (Mình/ tớ) tên là Tuấn. Rất vui được gặp bạn!

2. 정답 예시

   Hòa: Chào chị! Em tên là Hòa. Rất vui được gặp chị. Còn chị, chị tên là gì?

   Trang: Chào em! Chị tên là Trang. Rất vui được gặp em!

2 | 실례지만, 당신은 어느 나라 사람이에요?
Xin lỗi, chị là người nước nào?

1

1. Anh ấy là người Mỹ.

2. Cô ấy là người Mỹ phải không?

3. Không, họ không phải là người Úc. Họ là người Việt Nam.

4. Không, anh ấy không phải là Hùng. Anh ấy là Peter.

5. Không, đây không phải là Trung Quốc. Đây là nước Anh.

2

1. Anh Park là người Hàn Quốc.

2. Không, chị Linh không phải là người Trung Quốc. Chị ấy là người Việt Nam.

3

1. (1) Đ, (2) S

2. 정답 예시

   Tôi là người Việt Nam / Hàn Quốc / ...

3 | 당신 직업이 뭐예요?
Anh làm nghề gì?

1

1. A: Anh ấy là công nhân, phải không?

   B: Không, anh ấy không phải là công nhân. Anh ấy là kĩ sư.

2. A: Bố cô ấy làm nghề gì?

   B: Bố cô ấy là nhân viên văn phòng.

3. A: Chị ấy là tiếp viên hàng không, phải không?

   B: Vâng, chị ấy là tiếp viên hàng không.

4. A: Chị ấy là luật sư, phải không?

   B: Không, chị ấy không phải là luật sư. Chị ấy là phóng viên.

5. A: Bà ấy làm việc ở đâu?

   B: Bà ấy làm việc ở bệnh viện.

6. A: Anh Peter học tiếng Việt ở đâu?

B: Anh ấy học ở trường đại học Hà Nội.

7. A: Cô Linh gặp bạn ở đâu?

B: Cô Linh gặp bạn ở nhà hàng.

8. A: Ông Minh tập thể dục ở đâu?

B: Ông ấy tập thể dục ở công viên.

2

1. S

2. Đ

3. S

4. S

3

1. A: Liên ăn cơm ở đâu?

B: Liên ăn cơm ở nhà.

2. A: Chị Lee làm việc ở đâu?

B: Chị ấy làm việc ở bệnh viện Bạch Mai

3. A: Anh Kiên gặp bạn ở đâu?

B: Anh ấy gặp bạn ở trường học.

4. A: Anna gọi điện thoại ở đâu?

B: Cô ấy gọi điện thoại ở bưu điện.

5. A: Thầy Hùng ở đâu?

B: Thầy Hùng ở ngân hàng.

4	베트남어가 어려워요? Tiếng Việt có khó không?

1

1. 여자 : Chào Peter. Đã lâu không gặp.

남자 : Chào Lan. Đã lâu không gặp.

2. 할머니 : Chào ông Park. Ông có khỏe không?

할아버지 : Cảm ơn bà. Tôi vẫn khỏe.

3. 박 : Xin giới thiệu với anh. Đây là cô Hòa

피터 : Xin chào. Rất vui được gặp cô.

화 : Vâng, rất vui được gặp anh.

4. 박 : Xin giới thiệu với thầy. Đây là Mai.

마이 : Em chào thầy.

선생님 : Chào em. Rất vui được gặp em.

2

A: (1)Chào anh Park!

B: Chào Anna. Đã lâu không gặp.
(2)Em có khỏe không?

A: (3)Cảm ơn anh. Em vẫn khỏe.

3

1. Không, tôi không làm việc ở công ty ABC.

2. Có, người Hàn Quốc rất đẹp.

3. Có, tôi yêu cô ấy.

4. Không, chị ấy không cao.

5	올해 몇 살이에요? Năm nay em bao nhiêu tuổi?

1

1. A: Anh ấy bao nhiêu tuổi?

B: Anh ấy 35 tuổi.

2. A: Lớp tiếng Việt có bao nhiêu học sinh?

B: Lớp tiếng Việt có 8 học sinh.

3. A: Số điện thoại bàn là bao nhiêu?

B: Số điện thoại bàn là 7423 778.

4. A: Văn phòng có mấy người?

B: Văn phòng có 4 người.

5. A: Em ấy bao nhiêu tuổi?

B: Em ấy 12 tuổi.

2

1. A: Chào Anna

B: Chào anh Hùng, năm nay anh Hùng bao nhiêu tuổi?

2. A: Năm nay tôi 23 tuổi, còn chị?

B: Năm nay tôi 26 tuổi.

3. A: Anh Hùng ơi, số điện thoại của anh là bao nhiêu?

B: 0907 651 228

4. A : Lớp học của anh là phòng bao nhiêu?

B : Phòng số 7.

3

1. Anh ấy đã ăn sáng chưa?
2. Anh đã uống cà phê chưa?
3. Anh đã thuê phòng ở khách sạn chưa?
4. Mẹ đã uống thuốc chưa ạ?

4

1. (1) S
   (2) S
   (3) S
   (4) S

2. (1) Đúng, lớp cô ấy có 2 sinh viên người Hàn Quốc.
   (2) Thầy giáo của cô ấy năm nay 30 tuổi.

---

6 이 것이 무엇입니까?
Đây là cái gì?

1

1. 5 cái xe đạp
2. 2 bức ảnh
3. 3 con bò
4. 1 quyển từ điển
5. 4 quả dưa hấu
6. 2 tấm bản đồ
7. 3 quyển tạp chí
8. 1 tờ báo
9. 5 quả dứa
10. 3 con chó

2

1. S
2. Đ
3. Đ
4. S
5. Đ

3

1.
(1) A: Đây là cái gì?

B: Đây là quyển sách
A: Quyển sách này có phải là của thầy Hùng không?
B: Không, quyển sách này là của tôi.
(2) A: Hòa có bao nhiêu quyển tạp chí?
B: Tôi có 3 quyển. Còn anh Park?
A: Tôi không có tạp chí.
(3) Tình huống 3
A: Cô ấy có bao nhiêu quả táo?
B: Cô ấy có 5 quả táo.

2. Nối câu

A : Đây là quả gì?   B : Không, kia là cái ô của Hòa.

A : Kia là thầy Hùng, phải không?   B : Tôi có 3 cái

A : Chị Lan có mấy cái đồng hồ?   B : Đó là con mèo

A : Cái ô kia có phải là của anh không?   B : Đây là quả nho

A : Đó là con gì?   B : Tôi cũng vậy

A : Tôi có 4 quả cam   B : Không, kia là anh Peter

---

7 우리가족은 5명입니다
Gia đình tôi có 5 người

1

1. A: Đây là cái gì?
   B: Đây là quyển từ điển.
   A: Quyển từ điển này thế nào?
   B: Quyển từ điển này đắt.
2. A: Đây là cái gì?
   B: Đây là ảnh gia đình của anh Peter.
   A: Gia đình anh Peter thế nào?
   B: Gia đình anh Peter hạnh phúc.
3. A: Đây là cái gì?
   B: Đây là cái hồ.
   A: Cái hồ này thế nào?
   B: Cái hồ này sâu.
4. A: Đây là đâu?

B: Đây là lớp học.

A: Lớp học này thế nào?

B: Lớp học này rộng.

5. A: Đây là ai?

B: Đây là ông tôi.

A: Ông thế nào?

B: Ông rất yếu.

6. A: Đây là ai?

B: Đây là ca sĩ Thùy Lâm.

A: Cô ca sĩ ấy thế nào?

B: Cô ca sĩ ấy cao và đẹp.

2

1. (1) S (2) Đ (3) Đ

2. (1) Chị Anna không có anh trai.

(2) Chị Anna có 1 em trai.

3

1. (1) cô

(2) bà nội

(3) em của mẹ

(4) mẹ của mẹ

(5) bố của bố

(6) anh, chị của bố và mẹ

(7) dì

(8) em trai của bố

2. (1) Gia đình tôi có … người.

(2) Tôi có em (Tôi không có em)

Tôi có … người em.

<table>
<tr><td>8</td><td>복습1
Ôn tập 1</td></tr>
</table>

1

1. chị ấy

2. cũng

3. cô ấy

4. có phải là – tôi là Tuấn

5. giáo viên phải không

6. bác sĩ

7. phải không – thư ký

2

1. bác sĩ / y tá / ca sĩ / luật sư / phóng viên

2. chật / sáng / tối / cao / thấp

3. Chị ấy thích mèo / gà, chó, lợn, chim.

4. thương mại / điện tử / vận tải / thực phẩm

3

1. Gia đình anh có mấy người?

2. Chị năm nay bao nhiêu tuổi?

3. Chị Jang làm việc ở đâu?

4. Chị là người Hàn Quốc, phải không?

5. Lớp học của anh có bao nhiêu sinh viên?

6. Chị có từ điển không?

7. Khoa Lịch sử có bao nhiêu giáo sư?

8. Con mèo này thế nào?

9. Chị có mấy anh trai?

10. Người học sinh đó là ai ?

1

1. Lả tả

2. Mệt mỏi

3. Ẻo lả

4. Giới thiệu

5. Một mình

6. Tình hình

7. Thời sự

8. Lã chã

9. Đành đạch

10. Cởi mở

2

1. Tên em ấy là gì? – ④
2. Cô ấy là người nước nào? – ③
3. Chị ấy làm nghề gì? – ③
4. Anh làm việc ở đâu? – ④
5. Anh là bác sỹ, phải không? – ③
6. Anh mua báo ở hiệu sách à? – ④
7. Chị có uống cà phê không? – ①
8. Lớp học có mấy bức tranh? – ②

3

1. (1) Gia đình Linh có 6 người.
   (2) Linh không có anh trai.
   (3) Đúng, mẹ Linh là bác sĩ.
   (4) Bố Linh năm nay 57 tuổi.
   (5) Có, Linh rất yêu gia đình của mình.

2. (1) Có, anh Park có điện thoại di động.
   (2) Số di động của anh Park là 0917 886 753.
   (3) Số di động của Hòa là 0126 774 631.
   (4) Không, anh Peter không có điện thoại di động.

Đọc và viết 읽기 & 쓰기

1

1. con
2. phải là
3. có
4. không
5. trường học
6. bức – cái
7. bao nhiêu
8. có – không

2

1. Tôi không có số điện thoại của cô Lee.
2. Bố anh là giáo viên phải không?
3. Học sinh mới của lớp chúng tôi rất thông minh và thân thiện.

4. Anh ấy làm việc ở một công ty điện thoại nổi tiếng.
5. Chị Hà là người Việt Nam, chị Hoa cũng là người Việt Nam.

3

1. Anh Minh làm việc ở công ty vận tải An Dương.
2. Vâng, Lan là bạn gái anh Minh.
3. Lan làm việc ở một công ty luật nổi tiếng.
4. Anh trai của Lan năm nay 27 tuổi.

9	지금 몇시예요? Bây giờ là mấy giờ rồi?

1

1. A: Mấy giờ rồi nhỉ?
   B: 9 giờ tối rồi.
2. A: Cô giáo ơi, mấy giờ rồi ạ?
   B: 4 giờ rưỡi chiều rồi. (4 giờ 30 phút chiều rồi)
3. A: Peter ơi, mấy giờ rồi?
   B: 10 giờ 20 phút sáng rồi.
4. A: Mẹ ơi, mấy giờ rồi ạ?
   B: 3 giờ kém 20 chiều rồi.
5. A: Anh ơi, mấy giờ rồi ạ?
   B: 11 giờ 10 đêm rồi.
6. A: Bố ơi, mấy giờ rồi ạ?
   B: 7 giờ 25 sáng rồi.

2

1. Bây giờ là 1 rưỡi trưa.
2. Không, hôm nay chị Anna không đến trường.
3. Anh Peter có tiết học lúc 3 giờ chiều.
4. Chị Anna bắt đầu họp lúc 2 giờ 30 phút.

3

1. (1) Anh ăn trưa lúc mấy giờ?

(2) Lúc 10 giờ sáng họ đang làm gì?

(3) Bây giờ là mấy giờ?

(4) Anh đang làm gì đấy?

2. (1) Đ

(2) S

(3) S

(4) Đ

(5) Đ

10 오늘 몇 일 이에요?
Hôm nay là ngày bao nhiêu?

1

1. Hôm nay là thứ năm.

2. Hôm qua là thứ tư.

3. Không , ngày mai là thứ sáu.

2

① Chị Lan đã ăn sáng ở nhà.

② Hôm nay chị Anna chưa ăn sáng.

③ Chị Anna thường ngủ dậy lúc 7 giờ sáng.

④ Đêm qua chị Anna đã làm việc rất muộn.

3

1. (1) Khi nào / Bao giờ giám đốc anh về nước?

(2) Tháng này là tháng 8 à / phải không?

(3) Tuần sau các bạn sẽ thi cuối kỳ từ mấy giờ đến mấy giờ?

(4) Khi nào / Bao giờ là sinh nhật cô ấy?

(5) Họ đã kết hôn bao giờ / khi nào?

2. (1) Chủ nhật tuần trước là ngày mùng 1.

(2) Không phải, thứ 7 tuần trước là ngày mùng 7 tháng 3.

(3) Ngày 18 là sinh nhật của mẹ.

(4) Sinh nhật của mẹ là thứ tư.

(5) Rồi. Cô ấy đã thi giữa kỳ rồi .

(6) Rồi. Cô ấy đã đi du lịch rồi. Cô ấy đã đi du lịch vào ngày mùng 4 tháng 3.

11 주말에는 뭐 했어요?
Cuối tuần anh đã làm gì?

1 정답 예시

① Cuối tuần tôi thích đi du lịch.

② Tôi thường đi du lịch với gia đình ở biển.

③ Buổi tối tôi thường xem phim và đọc sách.

④ Có, người Hàn Quốc thích uống cà phê. Người Hàn Quốc thường uống cà phê vào buổi sáng.

2

① Cuối tuần anh Peter đã leo núi với bố mẹ.

② Núi đó ở Hà Tây.

③ Phong cảnh ở đó rất đẹp.

④ Anh Bình có thích vận động.

⑤ Anh Bình nói núi Ba Vì cao nhưng đẹp.

3

(1) Vào

(2) Vào

(3) Lúc

(4) Lúc

(5) Lúc

(6) Vào

12 이 옷 입어봐도 되나요?
Tôi mặc thử cái áo này được không?

1

① Tôi muốn mua áo dài màu đỏ

② Anh không nói thách chứ?

③ Khi mua sắm, tôi thường bớt giá

④ Anh thích màu đỏ hay màu hồng?

2

① muốn mua

② bao nhiêu tiền

③ 3.000.000
④ 2.500.000
⑤ nói thách
⑥ mặc cả

3

① Tôi ăn thử được không?
② Tôi thích màu xanh.
③ Tôi muốn mua một cuốn sách tiếng Việt.
④ Cái này bao nhiêu tiền một cái?

13 베트남에 가본적 있으세요?
Anh đã đi Việt Nam bao giờ chưa?

1

① A: Từ Hàn Quốc đến Thái Lan mất bao lâu?
B: Từ Hàn Quốc đến Thái Lan bằng máy bay mất 5 tiếng.
② A: Từ công ty đến nhà anh mất bao lâu?
B: Từ công ty đến nhà tôi bằng xe buýt mất 30 phút.

2

① Anh đã gặp người Việt Nam bao giờ chưa?
② Tôi chưa bao giờ ăn phở.
③ Tôi thường đi làm bằng xe buýt.
④ Tôi thích đi du lịch bằng máy bay.

3

① Anh Hải làm việc ở một công ty lớn ở Hà Nội.
② Anh ấy thường đi làm bằng xe hơi.
③ Từ nhà đến công ty bằng xe hơi mất khoảng 30 phút.
④ Hàng ngày anh ấy đi làm lúc 7giờ sáng.
⑤ Anh ấy là một người chăm chỉ cần cù.

14 베트남 북부에도 4계절이 있습니다.
Miền Bắc Việt Nam cũng có 4 mùa.

2

1. (1) giám đốc
(2) công ty
(3) ngủ dậy
(4) Sau khi
(5) 8 giờ
(6) 8 giờ rưỡi
(7) đồng nghiệp
(8) muộn

2. (1) Ông Minh làm việc ở một công ty ở Hà Nội.
(2) Hàng ngày, ông ấy ăn sáng ở nhà với gia đình.
(3) Ông ấy làm việc từ 8 giờ sáng đến 7 giờ tối.
(4) Không, ông ấy không ăn tối ở nhà. Buổi tối, ông ấy thường đi ăn với. đồng nghiệp hoặc khách hàng.

3

1. (1) Đ
(2) S
(3) Đ
(4) Đ
(5) Đ

2. (1) Các bạn đã làm bài tập chưa?
(2) Thứ tư tuần sau là ngày bao nhiêu?
(3) Giám đốc sẽ họp từ mấy giờ đến mấy giờ?
(4) Chị có ăn thịt lợn không?
(5) Anh ấy đã gọi điện cho chị chưa?

15 소고기 쌀국수 한 그릇 주세요.
Anh cho tôi một bát phở bò.

1

① B: Các anh ấy ăn phở.

② B: Chị ấy đang xem thực đơn.

③ B: Anh ấy uống bia.

2

① Đ

② S

③ Đ

④ Đ

⑤ Đ

3

A: Cho tôi xem thực đơn!

B: Thực đơn đây. Mời anh xem. Anh dùng gì ạ?

A: Cho tôi một bát phở bò.

B: Dạ vâng, anh uống gì ạ?

A: Ở đây có nước mía không?

B: Dạ có.

A: Cho tôi một cốc nước mía.

---

16 복습2 Ôn tập 2

Từ vựng và ngữ pháp 어휘와 문법

1

① Này

② Nhà hàng

③ Hàng tháng

④ Cười

⑤ Thịt

2

① Tối

② Chậm

③ Dốt

④ Buồn

⑤ Xấu

⑥ Trẻ

⑦ Khỏe

⑧ Rẻ

⑨ Nghèo

⑩ Mới

3

① Kia là ba quyển sách và một con mèo của tôi.

② Nhà mới của bạn có đẹp không?

③ Anh có thích uống cà phê không?

④ A: Cái máy vi tính kia có phải là của chị không?

B: Không, cái máy vi tính kia không phải là của tôi.

4

① Thời tiết Việt Nam có lạnh không?

② Hôm nay là ngày 14 tháng 3.

③ Anh cho tôi một cốc cà phê.

④ Anh đã quen với khí hậu ở đây chưa?

⑤ Sau khi nấu cơm cô ấy đã gọi điện cho chồng.

⑥ Anh đã bắt đầu học tiếng Việt từ khi nào?

Nghe 듣기

1

① Từ điển Việt – Hàn

② Không

③ Đông người

④ Ở kia

2

① Hiền có làm việc vào buổi sáng.

② Buổi tối, Hiền học bài ở nhà.

③ Hiền có thích nghe nhạc.

④ Không, Hiền rất thích đọc sách.

⑤ Cuối tuần, Hiền thường đi mua sách hoặc đi xem ca nhạc.

1

1. e
2. c
3. f
4. g
5. a
6. b
7. d

2

(1) hàng ngày
(2) đi làm
(3) bắt đầu
(4) kết thúc
(5) đi học
(6) bạn bè
(7) cuối tuần

3

① S
② S
③ S
④ S
⑤ S

02 ^{부록}

TỪ VỰNG 단어집

A

ai	누구
anh (trai)	형, 오빠
áo mưa	비옷
áo sơ mi	블라우스
ảm đạm	흐리다
ảnh	사진
ăn	먹다
ấm áp	따뜻하다

B

bà ngoại	외할머니
bà nội	친할머니
bác	사촌
bác sĩ	의사
bài tập	숙제
bài kiểm tra	시험
bàn	책상
bạn	친구
bận	바쁜
bán	팔다
bạn bè	친구들
bạn gái	여자친구
bạn trai	남자친구
bản đồ	지도
bánh	빵
bao nhiêu / Mấy	얼마 / 몇
báo	신문
bão	태풍
bát	그릇
bắt đầu	시작하다
bất hạnh	불행하다

bây giờ	지금
bên cạnh	옆
bến xe buýt	버스 정류장
bệnh viện	병원
bia	맥주
biên tập viên	편집자
biết	알다
bình thường	보통이다
bò	소
bố	아버지
bố mẹ	부모님
bớt giá	값을 깎다
buổi chiều	오후
buổi đêm	밤
buổi sáng	오전
buổi tối	저녁
buổi trưa	점심
buồn	슬픈
bút	펜

C

ca sĩ	가수
cá	물고기/생선
cà chua	토마토
cà phê	커피
cà phê đá	냉커피
cà phê đen	블랙커피
cà phê sữa	밀크커피
cái	개 (종별사)
cái thớt	도마
cam	오렌지
cảm ơn	감사합니다.
cảnh sát	경찰

cao	높은
cậu	외 삼촌
cay	맵다
chai	병
chậm	느린
chanh	레몬
chị (gái)	누나, 언니
chim	새
chỉ	…만
cho	…에게
chó	개/ 강아지
chợ	시장
cho tôi	~주세요
chơi	놀다
chơi game	게임하기
chơi tennis	테니스를 치다
chơi thể thao	운동하기
chú	작은아버지
chủ nhật	일요일
chứng chỉ	수료증
chuột	쥐
có	있다
cô	고모
có lẽ	아마
cốc (ly)	잔
cô-ca (co-ca)	콜라
cởi	벗다
công an	공안
công nhân	노동자
công ty	회사
công viên	공원
cốc	잔, 컵
cơm	밥

cũ	오래된
chua	(맛이) 신
chưa	아직
chuẩn bị	준비하다
chụp ảnh	사진을 찍다
cửa hàng	가게
cười	웃다
cuối tháng	월말
cuối tuần	주말

D

dao	칼
dài	긴
dày	두꺼운
dạy	가르치다
dã ngoại	소풍 가다
dạo này	요즘
dì	이모
dịch vụ	서비스
diễn viên	배우
dễ	쉬운
du lịch	여행
dưa hấu	수박
dưa lê	참외
dừa	코코넛
dứa	파인애플
dự án	사업, 프로젝트
dự báo thời tiết	일기예보
dùng	드시다/사용하다

Đ

đặc biệt	특별히

đậm	진한
đắng	쓴
đánh răng	양치하다
đắt	비싼
đầu tháng	월초
đâu	어디
đây	여기, 이 + Noun
đẩy	밀다
để	…하기 위하여
đến	오다
đi	가다, 신다
đi dã ngoại	소풍 가기
đi dạo	산책, 산책하다
đi ngủ	자다
đi thẳng	직진
đĩa	접시
địa điểm	장소
điện thoại	전화
điện thoại bàn	유선전화
điện thoại di động	핸드폰
điện tử	전자
định	~할 계획이다
đó	거기
đọc	읽다
đóng	닫다
độc thân	독신
đợi	기다리다
đọc sách	독서
đồ dùng gia đình	가구
đồng	베트남 화폐단위 동
đồ vật	물건
đội	쓰다 (모자)

đối diện	맞은편
đồng hồ	시계
đồng nghiệp	동료
động vật	동물
đũa	젓가락
đứa trẻ	아이
đứng	서다
đừng	~하지 마세요
Đức	독일
được	되다

E	
em	동생
em gái	여동생
em trai	남동생

G	
gà	닭
ga tàu (ga tàu hỏa)	기차역
gặp	만나다
gặp bạn bè	친구 만나기
ghét	싫은
ghế	의자
gia đình	가족
giá	가격
giảm giá	할인하다
giảng bài	강의하다
giao thông	교통
giáo viên	선생, 강사
giây	초
giấy	종이
gió	바람

gió thổi	바람이 불다
giờ	시
giỏi	우수한
giới thiệu	소개하다
giúp	돕다
gì	무엇
gọi điện (thoại)	전화하다
gọi là	…라고 부르다

Hàn Quốc	한국
hàng/ hàng hóa	제품, 물건
hạnh phúc	행복한
hát	노래하다
hẹp	좁은
hiện nay	현재
hiểu	이해하다
hiệu thuốc	약국
hộ chiếu	여권
hoa quả	과일
học	공부하다
học hát	노래 배우기
học nhảy	댄스 배우기
học sinh	학생
hôm kia	그저께
hôm nay	오늘
hôm qua	어제
hồng trà	홍차
họp	회의하다

ít	적다

kéo dài	오래 가다
kế toán	회계원
kém	보다 적은
kéo	당기다
kết hôn	결혼하다
kết thúc	끝나다
khá	상당히
khó	어려운
khóa học	학기, 과정
khoảng cách	거리
khóc	울다
khỏe	건강한
không có	없다
không khỏe	건강하지 않다
không ngon	맛없는
không thích	안 좋아하다
không tốt	좋지 않다
kia	저기
kiến trúc sư	건축사
kỹ sư	기술자

là	이다
lái xe	운전하다
lập gia đình	가족의 형성하다 (= 결혼하다)
làm	하다
làm việc	일하다

làm tình nguyện	봉사활동
lạnh	추운
lùi	후진하다
lâu	오랫동안
lê	배
lên	올라가다
lên thư viện = đi thư viện	도서관에 가다
lễ kết hôn	결혼식
leo núi	등산하기 / 등산가다
loại	종류
lon	캔
lợn	돼지
lớp học / lớp	교실 / 반
luật sư	변호사
lúc	때, 시간

M

mặc	입다
mặc cả	흥정하다
mặn	짠
mát mẻ	시원하다
máy vi tính	컴퓨터
mây	구름
màu đỏ	빨간색
màu hồng	분홍색
màu cam	주황색
màu vàng	노란색
mày xanh lá cây	초록색
màu xanh da trời	파랑색
màu tím	보라색
màu trắng	하얀색
màu đen	검정색

màu xám	회색
màu bạc	은색
màu nâu	갈색
mẹ	어머니
mèo	고양이
mệt	피곤하다
mở	열다
mở cửa	문을 열다
mới	새로운
mời	~하세요, 청하다
môi giới	중개
món ăn	음식
mỏng	얇은
mưa	비
mua sắm	쇼핑하기
mong đợi	기대하다
mùa đông	겨울
mùa hè = mùa hạ	여름
mùa thu	가을
mùa xuân	봄
mua	사다
mưa đá	우박
mưa rào	소나기
mực	오징어
muốn	원하다, 바라다
muộn	늦다
Mỹ	미국

H

nào	어느
nằm	눕다
năm	년

năm nay	올해	nhạt	싱거운
năm ngoái	작년	Nhật Bản	일본
năm sau	내년	nhiều	많다
nắng	햇빛	nho	포도
nấu	요리하다	nhỏ	작은
nấu ăn	요리	nĩa	포크
nấu cơm	밥을 짓다/하다	nói	말하다
nếm	맛보다	nói chuyện	이야기 하다
nên	그래서	nói thách	바가지 씌우다
Nga	러시아	nổi tiếng	유명
ngày	일	nội trợ	주부
ngày mai	내일	nơi	곳, 장소
ngày kia	모레	nơi xuất phát	출발지
ngắn	짧은	nơi đến	도착지
nghe	듣다	nóng	더운
nghe nhạc	음악감상	nông	옅다
nghề nghiệp	직업	nước	물(water), 나라
nghĩ	생각하다	nước Anh	영국
nghỉ	쉬다	nước trái cây	쥬스
ngồi	앉다	nước uống	음료수
ngon	맛있는	nước mía	사탕수수 쥬스
ngọt	단		
ngủ dậy = dậy	일어나다		
ngủ nướng	낮잠을 자다		
người	사람/명		

Ô

người mẫu	모델	ô	우산
nhanh	빠른	ở bên phải	오른쪽에
nhà	집	ở bên trái	왼쪽에
nhà báo	기자	ô tô	자동차
nhà hàng / quán	음식점	ôn tập	복습
nhạc sĩ	작사가	ông ngoại	외할아버지
nhân viên văn phòng	회사원	ông nội	친할아버지
nhận	받다		

Ơ

ở đâu	…어디?

P

pháp	프랑스
phát âm	발음
phi công	조종사
phía sau	뒤쪽
phía trước	앞쪽
phở	쌀국수
phòng ngủ	침실
phóng viên	리포터
phụ nữ	여성
phương tiện giao thông	교통수단
phút	분

Q

quang đãng / sáng sủa	맑다
quay lại	돌아오다
quá	너무, 아주
quần áo	옷
quay lại (quẹo lại)	U턴
quyển	권, 책 세는 단위

R

rảnh	한가한
rau	야채
rau thơm	고수(향나는 풀)
rất	아주
rẻ	싼
rẽ trái (quẹo trái)	좌회전
rẽ phải (quẹo phải)	우회전

rộng	넓은
rửa mặt	세수하다
rượu	술

S

sách	책
sạch	깨끗하다
sân bay	공항
sản xuất	생산
sáng	밝은
sâu	깊다
sau khi	~한 후에
se lạnh	쌀쌀하다
siêu thị	마트 / 슈퍼
sinh nhật	생일
sinh viên	대학생
sông	강
số	숫자
số điện thoại	전화번호
sở thích	취미
sống	살다
sữa	우유

T

tách	컵
tại sao	왜? 무슨 까닭에
táo	사과
tạp chí	잡지
tắm	샤워하다
tập thể dục	운동하다
tên	이름
thái Lan	태국

tháng	월	tốt	좋은
tháng sau	다음 달	trà	차
tháng trước	지난 달	trà đá	아이스녹차
thành phố	도시	trà sữa	밀크티
thấp	낮은	trà xanh	녹차
thắt	매다 (넥타이)	trả lời	대답하다
thế	그럼 / 그러면	trải nghiệm	체험하다
thế nào	어떻다 (어때요)	tranh	그림
thi cuối kỳ	기말고사	trời	하늘
thi giữa kỳ	중간고사	trời nắng	화창하다
thích	좋아하다	trừ	~제외하다
thịt	고기	Trung Quốc	중국
thịt bò	소고기	trường đại học	대학교
thú vị	재미있다	trường học	학교
thư	편지	truyền thống	전통
thứ	요일	tủ	장
thực đơn	메뉴	tuần	주
thực phẩm	식품	tuần này	이번 주
thuê phòng	방을 임대하다	tuần sau	다음 주
thương gia	사업가	tuần trước	지난 주
thương mại	무역	túi	가방
tiền	돈	tuổi	나이
tiếng Việt	베트남어	tuyết	눈
tiếp viên hàng không	승무원	từ điển	사전
tiểu thuyết	소설	tư vấn	자문
tìm	찾다	tươi	신선하다
tính cách	성격		
to	큰		
tô	사발		
tòa nhà	빌딩		
Tôi cũng vậy.	저도 그렇습니다.		
tôm	새우		
tối	어두운	uống	마시다

U

V

va li	여행 가방
và	~하고
văn hóa	문화
văn phòng	사무실
vận tải	운송
vẫn	여전히, 아직
vật	물건
vé	티켓
vẽ tranh	그림 그리기
về nước	귀국하다
Việt Nam	베트남
viết	쓰다
viết thư	편지를 쓰다
vở	공책
với	(이)랑
vui	기쁜

X

xấu	못 생긴
xe đạp	자전거
xe máy	오토바이
xem phim	영화감상
xin + 동사	존중한 태도를 표현한다
xin chào	안녕
xuống	내려가다

Y

y tá	간호사
yên tĩnh	조용하다
yêu	사랑하는
yếu	연약한

숫자

0	không	영
1	một	일
2	hai	이
3	ba	삼
4	bốn	사
5	năm	오
6	sáu	육
7	bảy	칠
8	tám	팔
9	chín	구
10	mười	십
11	mười một	십일
12	mười hai	십이
13	mười ba	십삼
14	mười bốn	십사
15	mười lăm	십오
16	mười sáu	십육
17	mười bảy	십칠
18	mười tám	십팔
19	mười chín	십구
20	hai mươi	이십
30	ba mươi	삼십
40	bốn mươi	사십
50	năm mươi	오십
60	sáu mươi	육십
70	bảy mươi	칠십
80	tám mươi	팔십
90	chín mươi	구십
100	một trăm	백

요일	
thứ hai	월요일
thứ ba	화요일
thứ tư	수요일
thứ năm	목요일
thứ sáu	금요일
thứ bảy	토요일
chủ nhật	일요일

월	
tháng Một	1월
tháng Hai	2월
tháng Ba	3월
tháng Tư	4월
tháng Năm	5월
tháng Sáu	6월
tháng Bảy	7월
tháng Tám	8월
tháng Chín	9월
tháng Mười	10월
tháng Mười một	11월
tháng Mười hai	12월

03 부록

NGHE 듣기대본

1 | 만나서 반갑습니다.
Rất vui được gặp anh!

≫ Track 9

1) A: Xin chào!

B: Chào anh!

A: Rất vui được gặp chị!

B: Vâng, rất vui được gặp anh.

2) A: Chào cô. Cô tên là gì?

B: Tôi là Anna, còn anh?

A: Tôi tên là Park. Rất vui được gặp cô.

B: Rất hân hạnh được làm quen với anh.

2 | 실례지만, 당신은 어느 나라 사람이에요?
Xin lỗi, chị là người nước nào?

≫ Track 14

Park Chào chị, tôi là Park. Chị tên là gì?

Linh Chào anh, tôi là Linh. Anh Park là người Hàn Quốc, phải không?

Park Dạ vâng, tôi là người Hàn Quốc.
Chị Linh là người Trung Quốc, phải không?

Linh Không, tôi không phải là người Trung Quốc.

Park Chị Linh là người nước nào?

Linh Tôi là người Việt Nam.

3 | 당신 직업이 뭐예요?
Anh làm nghề gì?

≫ Track 20

1) A : Chào ông. Ông làm nghề gì?

B : Tôi là luật sư.

2) A : Chào chị. Chị làm nghề gì?

B : Tôi là bác sỹ, còn anh?

A : Tôi là kỹ sư.

3) A : Anh Park, anh làm việc ở đâu?

B : Tôi làm việc ở công ty Mai Linh.

4) A : Chị Anna, chị học tiếng Anh ở đâu?

B : Tôi học tiếng Anh ở trường đại học Ngoại ngữ.

4 | 베트남어 어려워요?
Tiếng Việt có khó không?

≫ Track 26

Hội thoại : Park gặp Anna

A: Chào anh Park!

B: Chào Anna. Đã lâu không gặp. Em có khỏe không?

A: Cảm ơn anh. Em vẫn khỏe.

5 | 올해 몇 살이에요?
Năm nay em bao nhiêu tuổi?

≫ Track 31

1) A : Chào Anna

B : Chào anh Hùng, năm nay anh Hùng bao nhiêu tuổi?

2) A : Năm nay tôi 23 tuổi, còn anh?

B : Năm nay tôi 26 tuổi.

3) A : Anh Hùng ơi, số điện thoại của anh là bao nhiêu?

B : 0907 651 228

4) A : Lớp học của anh là phòng bao nhiêu?

B : Phòng số 7.

6 | 이것은 무엇입니까?
Đây là cái gì?

≫ Track 36

1. Chị Anna có mấy quyển sách?

   Tôi có 4 quyển sách.

2. Kia là cái gì?

   Kia là cái va li của thầy Hùng.

3. Đó là quả chanh phải không?

   Không, đó là quả cam.

4. Đó có phải là con mèo của anh Park không?

   Không, đó là con mèo của cô Linh.

5. Kia là con cá, phải không?

   Vâng, kia là con cá.

7 | 우리 가족은 5명입니다.
Gia đình tôi có 5 người.

≫ Track 41

A : Chị Anna ơi, đây là cái gì?

B : Đó là ảnh gia đình của tôi.

A : Ồ, đây là ai?

B : Đó là em trai tôi. Năm nay em ấy 18 tuổi.

A : Thế đây là ai?

B : Đó là chị gái tôi.

A : Gia đình chị Anna chỉ có 5 người thôi à?

B : Vâng, gia đình tôi chỉ có 5 người.

8 | 복습 1
Ôn tập 1

≫ Track 42

1.

1. Lả tả

2. Mệt mỏi

3. Ẻo lả

4. Giới thiệu

5. Một mình

6. Tình hình

7. Thời sự

8. Lã chã

9. Đành đạch

10. Cởi mở

2.

Ví dụ: A: Tên chị là gì?

1. Tên em ấy là gì?

2. Cô ấy là người nước nào?

3. Chị ấy làm nghề gì?

4. Anh làm việc ở đâu?

5. Anh là bác sỹ, phải không?

6. Anh mua báo ở hiệu sách à?

7. Chị có uống cà phê không?

8. Lớp học có mấy bức tranh?

≫ Track 44

3-1.

Linh là sinh viên khoa tiếng Việt trường đại học Hà Nội. Hiện nay cô ấy và gia đình sống ở Hà Nội. Linh có một em trai và hai em gái. Bố mẹ Linh là bác sỹ ở bệnh viện Bạch Mai. Bố Linh năm nay 57 tuổi còn mẹ cô ấy 55 tuổi. Mẹ Linh đẹp và nấu ăn rất ngon. Các em của Linh là học sinh. Linh rất yêu gia đình của mình.

≫ Track 45

3-2.

Hòa	Anh Park, anh có điện thoại không?
Park	Tôi có.
Hòa	Số điện thoại của anh là bao nhiêu?

Park	0917 886 753. Còn Hòa?
Hòa	Số điện thoại của tôi là 0126 774 631. Còn anh Peter?
Peter	Tôi không có điện thoại di động. Tôi chỉ có số điện thoại bàn.
Hòa	Số điện thoại bàn của anh là bao nhiêu?
Peter	Đây, 043 789 254

9 지금 몇 시예요?
Bây giờ là mấy giờ rồi?

≫ Track 50

Peter	Mấy giờ rồi chị Anna?
Anna	1 rưỡi trưa rồi.
Peter	Hôm nay chị có đến trường không?
Anna	Không, hôm nay tôi không đến trường. Buổi chiều tôi có cuộc họp quan trọng. Còn anh Peter?
Peter	Hôm nay tôi có tiết học lúc 3 giờ chiều. Mấy giờ chị Anna bắt đầu họp?
Anna	2 giờ 30 phút.

10 오늘 몇 일이에요?
Hôm nay là ngày bao nhiêu?

≫ Track 56

Anna Chào chị Lan

Lan Chào chị Anna.

Anna Hôm nay chị đến công ty sớm quá. Chị đã ăn sáng chưa?

Lan Tôi đã ăn sáng ở nhà rồi. Còn chị Anna?

Anna Hôm nay tôi ngủ dậy muộn nên chưa ăn.

Lan Chị thường ngủ dậy lúc mấy giờ?

Anna Tôi thường ngủ dậy lúc 7 giờ sáng nhưng hôm nay tôi mệt. Đêm hôm qua tôi đã làm việc rất muộn.

Lan Công ty chị có nhiều việc không?

Anna Vâng, công ty tôi ít nhân viên nên rất nhiều việc.

11 주말에 뭐 하셨어요?
Cuối tuần anh đã làm gì?

≫ Track 60

Peter Chào anh Bình.

Bình Chào Peter. Cuối tuần của anh có vui không?

Peter Ồ, rất vui. Cảm ơn anh.

Bình Anh đã làm gì?

Peter Cuối tuần, bố mẹ tôi đã đến

Việt Nam chơi.
Tôi đã đi leo núi với bố mẹ.

Bình Ồ, anh đã đi leo núi ở đâu?

Peter Chúng tôi leo núi Ba Vì ở Hà Tây. Phong cảnh ở đó rất đẹp.
Anh Bình có thích leo núi không?

Bình Có chứ, tôi rất thích vận động. Tôi cũng đã đi leo núi Ba Vì rồi.
Núi đó cao nhưng đẹp.

12 이 옷 입어봐도 되나요?
Tôi mặc thử cái áo này được không?

≫ Track 65

A : Anh muốn mua gì ạ?

B : Chị ơi, chiếc áo dài này bao nhiêu tiền?

A : 3.000.000 (ba triệu) đồng một chiếc.

B : Đắt quá. Bớt cho tôi! 2.500.000 đồng được không?

A : Không được. Tôi không nói thách. Đừng mặc cả.

13 베트남에 가본 적 있으세요?
Anh đã đi Việt Nam bao giờ chưa?

≫ Track 70

1. Anh đã gặp người Việt Nam bao giờ chưa?

2. Tôi chưa bao giờ ăn phở.

3. Tôi thường đi làm bằng xe buýt.

4. Tôi thích đi du lịch bằng máy bay.

14 베트남 북부에도 4계절이 있습니다.
Miền Bắc Việt Nam cũng có 4 mùa.

≫ **Track 74**

Ông Minh là giám đốc của một công ty ở Hà Nội. Ông ấy thường ngủ dậy lúc 6 giờ 30 phút. Sau khi tập thể dục, ông ấy ăn sáng với gia đình. Ông đến công ty lúc 8 giờ. Buổi sáng, ông ấy làm việc từ 8 giờ rưỡi đến 7 giờ tối. Buổi tối, ông ấy thường đi ăn với đồng nghiệp hoặc khách hàng. Ông ấy thường về nhà rất muộn.

15 소고기 쌀국수 한 그릇 주세요.
Anh cho tôi một bát phở bò.

≫ **Track 80**

A : Chào anh Bình. Anh có khoẻ không?

B : Chào anh Toán, lâu quá không gặp! Cám ơn tôi khoẻ, còn anh?

A : Tôi cũng khoẻ. Anh đến đây uống cà phê à?

B : Đúng rồi. Cà phê ở đây rất ngon.

A : Nghe nói anh có bạn gái mới, phải không?

B : Vâng. Tôi có bạn gái mới. Cô ấy vừa đẹp vừa cao.

A : Ồ thích quá!

16 복습 2
Ôn tập 2

≫ **Track 81**

1.1

A : Tôi muốn mua 1 quyển từ điển.

B : Chị muốn mua từ điển gì?

A : Ở đây có từ điển Việt – Hàn không?

B : Dạ có, chị đợi một lát.

1.2

A : Ồ, con vịt này to quá!

B : Vâng, vịt ngon lắm. Chị có muốn mua không?

A : Uhmm. Nhưng nó to quá. Chị có vịt nhỏ không?

B : Xin lỗi, chúng tôi không có.

1.3

A : Chợ hôm nay nhiều người quá!

B : Vâng, có rất nhiều người.

1.4

A : Tôi đói quá. Chúng ta đi ăn sáng nhé!

B : Vâng, ở kia có một quán phở rất ngon.

2.

Hiền là nhà báo, cô ấy đang làm việc ở báo Tuổi trẻ. Hàng ngày Hiền làm việc từ 9 giờ sáng đến 5 giờ chiều. Nhưng dạo này Hiền chỉ đi làm vào buổi sáng, còn buổi chiều cô ấy đi học tiếng Anh ở trường đại học Ngoại ngữ. Cô ấy học từ 2 giờ đến 5 giờ chiều. Sau khi học xong, Hiền về nhà ăn tối, sau đó học bài. Hiền rất thích đọc sách và nghe nhạc nên vào tối thứ bảy hoặc chủ nhật, cô ấy sẽ đi mua sách hoặc đi xem ca nhạc.